सचित्र रामायण

डॉ. वृषाली पटवर्धन

मेहता पब्लिशिंग हाउस

Please contact us at **Mehta Publishing House Pvt. Ltd., Pune.**
Email : production@mehtapublishinghouse.com
Website:**www.mehtapublishinghouse.com**

SACHITRA RAMAYAN by Dr. Vrushali Patwardhan

सचित्र रामायण - कुमारसाहित्य
डॉ. वृषाली पटवर्धन

संस्थापक : सुनील अनिल मेहता

प्रकाशक : मेहता पब्लिशिंग हाऊस प्रा. लि.,
१९४१ सदाशिव पेठ, माडीवाले कॉलनी, पुणे – ४११०३०.
E-mail : production@mehtapublishinghouse.com
Website : www.mehtapublishinguhose.com

मुद्रक
श्री मुद्रा

प्रकाशनकाल - डिसेंबर, २०२० / सप्टेंबर, २०२२ / डिसेंबर, २०२३ / जानेवारी, २०२५ / पुनर्मुद्रण : डिसेंबर, २०२५

मुखपृष्ठ व आतील चित्रे : सरदार जाधव

किंमत : ₹ २९९

P Book ISBN 9789353175221

अनुक्रमणिका

चार राजपुत्रांचा जन्म / १

ताडका राक्षसिणीचा वध / ७

श्रीराम-सीतेचा विवाह / १३

रामाला वनवास / १९

गंगानदीवरचा नावाडी / २६

राम-भरत भेट / ३३

श्रीरामाचा वनवास / ३७

शूर्पणखा पंचवटीत येते / ४२

सोनेरी हरीण / ४७

श्रीराम-हनुमान भेट / ५४

रामाकडून वालीचा वध / ६१

हनुमानाचे लंकागमन / ६७

लंकादहन / ७४

सेतू बांधला रे सागरी / ७९

लंकेवर स्वारी / ८५

जादूची संजीवनी / ९१

रावणाचा वध / ९७

बिभीषणाचा राज्याभिषेक / १०३

रामाचा राज्याभिषेक / १०९

रामपुत्र-लव-कुश / ११५

चार राजपुत्रांचा जन्म

अयोध्येचा राजा दशरथ हा महान सूर्यवंशातील महाप्रतापी राजा रघू याचा वंशज. राजा रघू फार दानशूर होता. अंगावरील वस्त्रांखेरीज आपला सगळा खजिना त्यानं प्रजेच्या कल्याणासाठी मोकळा केला होता. राजा दशरथही आपल्या आजोबांसारखाच उदार आणि प्रजाहितदक्ष होता. पूर्वजांचे सर्व सद्‌गुण, नीतिमूल्ये त्याच्या वागणुकीतून दिसत. तो अतिशय शूर, दयाळू आणि प्रजाहितदक्ष होता. राजा दशरथाचं राज्य सर्वदूर पसरलेलं आणि वनराईनं, पर्वतराजीनं नटलेलं होतं. थेट गंगानदीपर्यंत पसरलेल्या त्या राज्याची राजधानी होती अयोध्या. त्याच्या राज्यात सर्वत्र भरभराट होती. प्रजेला कशाचीच ददात नव्हती. राजा दशरथाच्या कृपाछत्रात

प्रजा आनंदी होती. साक्षात देवांचा सावकार कुबेर आणि राजा इंद्र यांची संपत्ती एकत्र केली, तरी त्याहून जास्त संपत्ती दशरथाच्या खजिन्यात होती. तो एखाद्या महर्षींसारखा अत्यंत ज्ञानीही होता. अशा प्रेमळ, न्यायी राजाच्या राज्यात प्रजेचीही प्रगती होत होती. राजा दशरथ धर्मशील आणि देवभक्त होता. त्यामुळे अनेक संत-महंत, ऋषिमुनी त्याच्या राज्यात ध्यानसाधना आणि धार्मिक कार्यं करत असत. स्वतः राजा दशरथ भगवान सूर्यदेवाचा उपासक होता. तो नित्यनेमानं समाधानानं सूर्याची उपासना करीत असे.

एवढ्या सुखी, सद्‌गुणी, सदाचारी, समाधानी सम्राटाला एकाच गोष्टीचं शल्य होतं–त्याला स्वतःला संतान नव्हतं. त्याच्या तीन राण्या होत्या–कौसल्या, सुमित्रा आणि कैकयी. तिघींनाही मूलबाळ नव्हतं. त्यामुळे राजा दुःखी असे. 'आपला रघुवंश पुढे चालवणारा आणि आपल्यासारखंच प्रजेच्या कल्याणासाठी राज्य करणारा पुत्र हवा' असं त्याला सारखं वाटत असे. अखेरीस त्यानं राज्यातल्या ऋषिमुनींशी आणि मंत्र्यांशी चर्चा करून संतानप्राप्तीसाठी मोठा यज्ञ करायचं ठरवलं. हा पुत्रकामेष्टी यज्ञ संपन्न करण्यासाठी महर्षी ऋष्यशृंग यांना आमंत्रित करण्यात आलं.

यज्ञासाठी सारी अयोध्यानगरी सजली, सज्ज झाली. सर्व तयारी झाली. दशरथाच्या या यज्ञाची चर्चा प्रत्यक्ष देवलोकातही होती. सर्व देव भगवान विष्णूंकडे गेले आणि त्यांनी प्रार्थना केली–"भगवंता, राजा दशरथासारख्या पुण्यशील राजाचं दुःख निवारण करावं. आपण चार पुत्रांच्या रूपाने त्याच्या पोटी जन्म घ्यावा." भगवंतांनी देवांची विनवणी ऐकली आणि यज्ञदेवांना सुवर्णपात्रात खीर घेऊन दशरथाच्या यज्ञातून प्रकट व्हायला सांगितलं. त्यानुसार यज्ञदेव प्रकट झाले आणि म्हणाले, "राजन, स्वर्गलोकातील देवदेवतांनी तुझी प्रार्थना ऐकली आहे. प्रत्यक्ष भगवान विष्णू तुझ्यावर प्रसन्न झाले आहेत. त्यांनी हे क्षीर-सुवर्णपात्र तुझ्यासाठी दिलं

आहे. त्यातली खीर तू तुझ्या राण्यांना दे. भगवान विष्णूंच्या या कृपाप्रसादानं त्यांना चार दिव्य पुत्र होतील.''

राजाला अतिशय आनंद झाला. प्रत्यक्ष श्रीविष्णूंनी दिलेल्या खिरीचं ते पात्र घेऊन तो राजवाड्यात आला. आपल्या राण्यांना त्याने सर्व वृत्तांत सांगितला. ते ऐकून राण्यांच्या आनंदाला पारावार उरला नाही. 'आपल्याला पुत्र होणार' या कल्पनेनं त्या मोहरून गेल्या. तिन्ही राण्यांमध्ये कौसल्या ही सर्वांत मोठी. म्हणून राजानं सुवर्णपात्रातली अर्धी खीर तिला दिली. उरलेला अर्धा भाग सुमित्रा आणि कैकेयी या धाकट्या दोन राण्यांना सारखा वाटून दिला.

कैकेयीला खिरीचा वाटा सर्वांत शेवटी मिळाला, त्यामुळे ती संतापली आणि रागाच्या भरात अपशब्द उच्चारू लागली. ते ऐकून भगवान शंकरांच्या गरुडानं स्वर्गातून खाली झेप घेतली, आणि कैकेयीच्या हातातला खिरीचा वाटा ओढून घेऊन तिचा अपमान करून तो पुन्हा आकाशात झेपावला. दिव्य खिरीच्या अवमानाची किंमत तिला मोजावी लागली.

गरुड आकाशमार्गाने निघाला. वाटेत त्याला अंजान पर्वत लागला. त्या पर्वतावर अनेक वर्षं तपश्चर्या करीत असलेली भगवान शंकरांची निस्सीम भक्त अंजनी त्याच्या दृष्टीस पडली. त्याने कैकेयीकडून उचलून आणलेली दिव्य खीर अंजनीच्या ओंजळीत टाकली आणि तो उडून गेला.

इकडे आपल्याला मिळालेला खिरीचा वाटा गरुडानं उचलून नेल्यानं कैकेयी संतापली होती. तिला शांत करण्यासाठी महाराणी कौसल्या आणि सुमित्रा या दोघींनी आपल्या वाट्यातल्या खिरीतली थोडी खीर तिलाही दिली.

काही दिवसांनी श्री विष्णूंच्या महाप्रसादानं दशरथाच्या तिन्ही राण्या गर्भवती

झाल्या. अयोध्येत सगळीकडे आनंदीआनंद झाला. आता राजाला कशाचीच खंत उरली नव्हती. असाच एकदा तो आपले गुरू महर्षी वसिष्ठ यांच्या दर्शनाला गेला. त्यांच्या पायावर डोकं ठेवून त्यानं त्यांना अत्यंत आदरानं वंदन केलं आणि आपल्या तिन्ही राण्या गर्भवती असल्याची आनंदवार्ता त्यांच्या कानी घातली.

गुरू वसिष्ठांनाही खूप आनंद वाटला. ''आता या दिवसात तीनही राण्यांची खूप काळजी घे. त्यांच्या सर्व इच्छा पूर्ण करून त्यांना आनंदी ठेव,'' असं सांगून त्यांनी राजाला आशीर्वाद दिला.

आपल्या गुरूंचा सल्ला राजा तंतोतंत पाळत होता. तो सदैव आपल्या राण्यांच्या तैनातीत होता. त्यांना सतत प्रसन्न ठेवत होता. सगळी प्रजा राजपुत्रांच्या जन्मासाठी उत्सुक झाली होती. कधी एकदा राजपुत्र जन्माला येताहेत असं सगळ्यांना वाटत होतं. तिन्ही राण्याही त्या शुभ दिवसाची वाट पाहत होत्या. राजवाड्यातल्या बगिच्यात आपल्या गर्भवती राण्यांसह विहार करताना राजाच्या चेहऱ्यावरून आनंद ओसंडून जात असे.

चैत्र महिन्यातल्या शुद्ध नवमीची दुपार होती. मध्यान्हीचा सूर्य तळपत होता. त्या पवित्र दिवशी तीनही राण्यांनी चार राजपुत्रांना जन्म दिला. थोरल्या महाराणी कौसल्येनं रामाला, कैकेयीनं भरताला तर सुमित्रेनं लक्ष्मण आणि शत्रुघ्न या जुळ्या पुत्रांना जन्म दिला. सारे अयोध्यावासी या आनंदाच्या अभूतपूर्व जन्म सोहळ्यात सहभागी झाले. आपली बाळं इवलेसे हातपाय हलवताना आणि मिटुकल्या डोळ्यांनी इकडेतिकडे बघताना पाहून राण्यांचा ऊर भरून आला. आपल्या मातापित्यांच्या कोडकौतुकात न्हाऊन निघणारे आणि आवडत्या राण्यांच्या कुशीत विसावणारे राजपुत्र पाहून राजा दशरथ सुखावत होता. आपल्या मुलांना

सर्वोत्कृष्ट शिक्षण द्यायचं त्यानं ठरवलं. चिमुकल्या हातांत आता आपला वारसा आणि राज्यकारभार सोपवायचा आहे, या विचारानं तो निश्चिंत झाला होता. बाळांचा जन्म होऊन आता तेरा दिवस झाले. तेराव्या दिवशी राजानं गुरू वसिष्ठांना राजपुत्रांच्या नामकरणासाठी आमंत्रण पाठवलं. या अलौकिक राजपुत्रांचं नामकरण करण्याचा मान आपल्याला मिळणार याचा त्यांना खूप आनंद झाला. 'खरंच! हे तर अहोभाग्यच माझं,' त्यांना वाटलं. कारण, प्रत्यक्ष भगवान विष्णूंनीच या चार राजपुत्रांच्या रूपानं अवतार घेतला आहे, हे त्यांना ठाऊक होतं.

महर्षी वसिष्ठांनी नामकरणविधीची सर्व सिद्धता ठेवली. राज्यभरातून उत्तमोत्तम सुवासिक फुलं मागवली गेली. उदार राजा दशरथानं साऱ्या प्रजेला सुवर्णमुद्रा आणि जडजवाहीर वाटले. प्रत्यक्ष समारंभाच्या वेळी गुरू वसिष्ठ मध्यभागी बसले. त्यांच्याभोवती अन्य ऋषीमुनी बसले. राजा दशरथ आपल्या राण्या आणि राजपुत्रांसह त्यांच्याजवळ विराजमान झाला. गुरू वसिष्ठांनी एकेका राजपुत्राला जवळ घेऊन त्याच्या कानात त्याचं नाव सांगितलं. कौसल्येचा बाळ आनंद आणि शांती घेऊन आला होता. त्या बाळाचं नाव राम ठेवलं गेलं. कैकेयीचं बाळ विश्वाचा आधार ठरणार होतं. त्याचं नाव भरत, तर सुमित्रेच्या आवळयाजावळ्यांपैकी परमसद्‌गुणी पुत्राचं नाव लक्ष्मण आणि शत्रुविनाशक पुत्राचं नाव शत्रुघ्न ठेवण्यात आलं.

आता राजा दशरथाचा आणि तिन्ही राण्यांचा सगळा वेळ राजपुत्रांच्या संगोपनात जात होता. ते आपल्या बाळांचं दुडूदुडू धावणं बघण्यात आणि त्यांचे बोबडे बोल ऐकण्यात आनंदानं न्हाऊन निघत होते. त्यांच्या बालसुलभ प्रश्नांचं, शंकांचं निरसन करणं हा तर त्यांचा विरंगुळाच झाला होता. नुसता राजवाड्यातच नव्हे, तर साऱ्या राज्यात आधी कधीच नव्हता इतका आनंद

भरून राहिला होता. राजा दशरथ उत्साहानं आपला सगळा वेळ मुलांना उत्तम शिक्षण देण्यासाठी आणि संस्कार करण्यासाठी देत होता. त्यामुळे चारही राजपुत्र विविध कलांमध्ये आणि शास्त्रांमध्ये पारंगत होत होते. चौघेही दिवसभर राजवाड्यात आणि बगिच्यांमध्ये खेळत असत, एकमेकांशी दंगामस्ती करत. बागेतल्या पशुपक्ष्यांशीही त्यांची चांगलीच दोस्ती जमली होती. त्यांचं बालपण खूप आनंदात आणि मजेत चाललं होतं. आपल्या आई-वडिलांच्या योग्य निगराणीखाली चौघे राजपुत्र आता कुमारवयीन झाले. अयोध्येच्या प्रजेचं आपल्या राजावर जेवढं प्रेम होतं, तेवढीच माया या चौघा राजपुत्रांवरही होती. राजा दशरथ युद्धकलेत निपुण होता. तो धनुर्विद्येत इतका पारंगत होता की, केवळ आवाजाच्या दिशेनं बाण सोडून सावजाचा अचूक वेध घेत असे. आपल्या मुलांनीही धनुर्विद्येत तरबेज व्हावं असं त्याला वाटे. त्यानं त्यादृष्टीनं मुलांना शिक्षणही द्यायला सुरुवात केली. चौघंही खूप हुशार आणि तल्लख होते. काही दिवसातच ते वडिलांसारखेच धनुर्विद्येत तरबेज झाले.

आपल्या मुलांचं नैपुण्य पाहून राजाची छाती अभिमानानं फुलून जात असे. आता मुलांना तलवारबाजीही शिकवली गेली. एकेकाळी निपुत्रिक म्हणून दुःखी असणारा राजा दशरथ आता आपल्या चार कुमारवयीन मुलांच्या सहवासानं आणि त्यांच्या प्रगतीनं अतिशय आनंदी झाला होता. त्यांना चतुर, व्यवहारकुशल होऊन राज्यकारभाराचे धडे देण्यासाठी औपचारिक शिक्षण द्यायला त्यांचं हेच योग्य वय आहे, असा विचार त्याच्या मनात आला. आपली चारही मुलं न्यायी, ज्ञानी आणि राज्यकारभारात निपुण होऊन रघुवंशाचा वारसा उत्तम रीतीनं पुढे चालवतील, याची त्याला खात्री होती.

ताडका राक्षसिणीचा वध

चारही राजकुमार आता 'युवक' झाले होते. गुरू वसिष्ठांच्या आश्रमात त्यांना अध्ययनाकरता पाठवण्याची हीच योग्य वेळ आहे, असा विचार करून राजा दशरथाने तशी व्यवस्था केली. चारही राजकुमार गुरुगृही आले. गुरू वसिष्ठ त्यांना जे जे शिकवत, ते ते राजकुमार लगेच आत्मसात करत. लवकरच ते सर्व वेद, शास्त्रं, पुराणं आणि राजांना आवश्यक असणारं राजनीतिचं शिक्षण, शस्त्रविद्या, युद्धनीती इत्यादी सगळ्या विषयांत पारंगत झाले. राज्यात कायदेकानून, सुव्यवस्था, शांतता कशी ठेवायची याचेही धडे गुरू वसिष्ठांकडून त्यांना मिळाले. आपल्या शिष्यांची अध्ययनातली गती, प्रगती आणि त्यांची स्वाभाविक सत्य-न्याय-प्रिय वृत्ती पाहून वसिष्ठ ऋषी अतिशय प्रसन्न झाले.

चारही राजकुमार गुरूंच्या मार्गदर्शनात ध्यानधारणाही करत. त्यामुळे त्यांची बुद्धी स्थिर आणि तल्लख झाली. आता त्यांचं शिक्षण पूर्ण झालं–अयोध्येत परतण्याची वेळ आली. "मुनिवर, येतो आम्ही," असं म्हणून चौघांनी विनम्रपणे आपल्या गुरूंना वंदन केलं. त्यांच्या पायावर डोकं ठेवून त्यांचा आशीर्वाद घेतला.

'यशस्वी भव! उत्तम राज्य करा. सत्याने आणि न्यायाने राज्यकारभार करून रघुवंशाची कीर्ती वाढवा. कल्याणमस्तु!' असा आशीर्वाद देऊन गुरुंनी त्यांच्या पाठवणीची व्यवस्था केली. त्यांनी राजा दशरथाला निरोप पाठवून राजकुमारांना घेऊन जाण्यासाठी रथ मागवला. दशरथानेही आपला अत्यंत विश्वासू आणि कर्तबगार मंत्री सुमंत्र याला रथ घेऊन पाठवलं. त्याच्याबरोबर आपल्या मुलांसाठी राजवस्त्रंही दिली.

देखण्या चपळ घोड्यांचा सोन्याने मढवलेला रथ घेऊन सुमंत्र निघाला. मुनिवरांच्या आश्रमात येऊन पोहोचला. वसिष्ठांना वंदन करून त्याने राजपुत्रांना राजवस्त्रं दिली. वसिष्ठांनी राजा दशरथाचं व त्याच्या राण्यांचं कुशलमंगल पुसलं, राज्याच्या हालहवालीबद्दलही विचारलं.

राजकुमारांनी राजवस्त्रं परिधान केली. मुकुट आणि अलंकार ल्यायलेले राजबिंडे राजकुमार पाहून सुमंत्रांना आनंद झाला. आता खरेखुरे राजपुत्र शोभणाऱ्या आपल्या लाडक्या शिष्यांना गुरू वसिष्ठांनी सद्‌गदित अंतःकरणानं निरोप दिला. रथात बसण्याआधी चौघांनी गुरूंना पुन्हा एकदा वंदन केलं. सुमंत्रानं घोड्यांचे लगाम हाती घेतले आणि राजकुमारांना घेऊन अयोध्येच्या दिशेनं कूच केलं.

चपळ घोडे भरधाव दौडत रथ घेऊन अयोध्या नगरीच्या प्रवेशद्वाराशी येऊन पोहोचले. सगळे प्रजाजन उत्तमोत्तम वस्त्रं परिधान करून आपल्या लाडक्या राजपुत्रांच्या स्वागतासाठी उत्साहानं दुतर्फा उभे होते. त्यांच्या हातात सुवासिक नाजूक फुलांनी भरलेली तबकं होती. राजवाड्याच्या मार्गावर सुंदर रांगोळ्यांचे गालिचेच जणू पसरले होते. सर्व प्रजाजनांच्या प्रेमाच्या स्वागताचा स्वीकार करत राजपुत्र राजवाड्यापाशी आले. कौसल्या, सुमित्रा आणि कैकेयी या मातांच्या डोळ्यांतून आनंदाश्रू ओघळत होते. गुरू वसिष्ठांकडून उत्तम विद्या संपादन करून आलेल्या

आपल्या पुत्रांच्या चेहऱ्यावरचं आत्मविश्वासाचं तेज आणि डोळ्यातला विनम्र भाव पाहून राजा दशरथाची छाती रुंदावली. आपल्या पुत्रांबद्दलच्या कौतुकानं आणि अभिमानानं त्याचा ऊर भरून आला. बारा वर्षांनी भेटणाऱ्या आपल्या लाडक्या पुत्रांना पाहून तीनही मातांचा आनंद गगनात मावेना. चारही राजपुत्रांनी आई-वडिलांना वंदन करून त्यांचा आशीर्वाद घेतला.

ज्येष्ठ पुत्र या नात्यानं श्रीरामाला राज्याचा उत्तराधिकारी 'युवराज' म्हणून घोषित करून त्याच्या मस्तकी राजमुकुट चढवला गेला. राज्यकारभारात त्याचे अन्य तीन भाऊ त्याला मदत करणार असं ठरवलं गेलं. श्रीराम अत्यंत न्यायी, उदार आणि संयमी होता. शांतपणे पूर्ण विचार केल्यानंतरच तो कोणताही निर्णय घेई. त्यामुळे त्याचे निर्णय नेहमीच सर्वांच्या हिताचे असत. आता दशरथाला रामाच्या राज्याभिषेकाचे वेध लागले होते. रामाला राज्याचा, रघुकुलाचा उत्तराधिकारी म्हणून राजसिंहासनावर बसलेलं त्याला बघायचं होतं. एके दिवशी याच विचारात तो सिंहासनावर बसला असताना महर्षी विश्वामित्र आल्याची वर्दी दिली गेली. महर्षी विश्वामित्र परम ज्ञानी आणि वेदांती असल्यानं राजाला आणि त्याच्या राज्यातही त्यांच्याबद्दल अतिशय आदर होता.

विश्वामित्र राजसभेत येताच राजा दशरथ उठून उभा राहिला. त्याने त्यांना वंदन करून त्यांचं स्वागत केलं. त्याच्या आदरातिथ्याने प्रसन्न झालेल्या विश्वामित्रांनी राजाला आशीर्वाद दिला. राजाने त्यांना राजसभेत येण्याचं प्रयोजन विचारलं. विश्वामित्र म्हणाले, "राजन, गेले काही दिवस मी एका यज्ञाचं अनुष्ठान करीत आहे, परंतु माझा संकल्प सिद्धीस जात नाही. माझ्या यज्ञकार्यात मारीच आणि सुबाहू हे दोन बलाढ्य असुर सतत विघ्नं आणीत आहेत. ते

रक्ताचा आणि हाडांचा मारा करून यज्ञवेदी अपवित्र करत असतात. त्यामुळे आम्ही त्रस्त आहोत. आमचं आणि आमच्या यज्ञवेदीचं रक्षण करण्यासाठी तू तुझ्या थोरल्या पुत्राला–रामाला–माझ्याबरोबर धाडावंस, असं सांगण्यासाठी मी इथे आलो आहे.''

विश्वामित्रांचं बोलणं ऐकून राजा विचारात पडला. त्यांना 'नाही' म्हणावं तर त्यांच्या अपमानाचं पातक लागणार, आणि 'हो' म्हणावं तर प्राणप्रिय रामाला आपणहून मृत्यूच्या दारी लोटल्यासारखं होणार. राजा फारच पेचात पडला. एवढ्यात गुरू वसिष्ठ पुढे आले. त्यांनी राजाची समजूत घातली. रामाच्या जिवाला काहीही धोका पोहोचणार नाही, याची ग्वाही दिली. मात्र या कामासाठी रामाबरोबर लक्ष्मणालाही पाठवावं, असं सांगितलं. ''राजन, चिंता करू नकोस. त्या असुरांचा नायनाट करण्याचं सामर्थ्य श्रीरामात आहे. लक्ष्मणही त्याला त्या कामी उत्तम सहयोग देईल. श्रीरामाकडे अद्भुत दैवी शक्ती आहे. त्या बळावर तो मुनी विश्वामित्रांच्या यज्ञवेदीचं रक्षण करून लक्ष्मणासह सुखरूप परत येईल. काळजी करू नकोस,'' असं त्यांनी म्हटल्यावर राजा रामाला व लक्ष्मणाला मुनी विश्वामित्रांबरोबर अरण्यात पाठवायला तयार झाला. ते तिघं निघाले. मार्गक्रमण करता करता पवित्र गंगानदीच्या किनारी आले. तिथून गहन अरण्यातून जाणारा रस्ता होता. अरण्यातून हिंस्र पशूंच्या डरकाळ्या, चीत्कार ऐकू येत होते. परंतु मुनिवरांबरोबर श्रीराम आणि लक्ष्मण धैर्यानं वाट काढीत होते. कोणत्याही क्षणी पशूंपासून रक्षण करण्यासाठी त्यांनी आपले धनुष्यबाण सिद्ध ठेवले होते. याच दंडकारण्यात अनेक वर्षांपूर्वी मानवांची वस्ती होती. अनेक जण इथे शांतपणे राहत होते. परंतु त्यांच्यावर या राक्षसांनी हल्ला केला, त्यांना तेथून हाकलून दिलं आणि स्वत: या अरण्यावर कब्जा केला.

"या अरण्यात सुबाहू, मारीच आणि ताडका राहतात. त्यांच्या भयामुळे कोणीही अरण्यात प्रवेश करायला धजावत नाही. त्यांच्या राक्षसीकृत्यांमुळे हे अरण्य अधिकच भयानक झालं आहे," असं सांगून विश्वामित्र पुढे म्हणाले, "राम-लक्ष्मणा, ऐका. या तिघांपैकी ताडका या राक्षशिणीपाशी हजारो हत्तींचं बळ आहे. माणसांना मारून त्यांना खाणं हा तिचा आवडता छंद आहे. तिची पाशवी कृत्यं फारच भयंकर आहेत. फक्त तिचा जरी वध केला, तरी हे दंडकारण्य ऋषिमुनींसाठी आणि इतरांसाठी सुरक्षित निवासस्थान होईल. तिला मारलं, तर सर्व जण इथे पुन्हा भयमुक्त जीवन जगू शकतील."

श्रीराम आणि लक्ष्मण विश्वामित्रांचा प्रत्येक शब्दकाळजीपूर्वक, कान देऊन ऐकत होते. आता रामाने आपलं दिव्य धनुष्य उचललं आणि ताडकेला सरळ आव्हान दिलं–रामाने धनुष्याला बाण लावला–प्रत्यंचा ओढली–तिचा टणत्कार साऱ्या अरण्यात घुमला. तो भयंकर आवाज ऐकून ताडका राक्षशीण जागी झाली आणि चवताळून त्या आवाजाच्या दिशेनं निघाली. "माझ्याच प्रदेशात येऊन मला त्रास देणारा हा कोण आहे?" असं म्हणत त्याला ठार मारण्यासाठी दाणदाण पाय आपटत ती धावू लागली. तिला राम, लक्ष्मण आणि मुनी विश्वामित्र दिसले आणि ती आनंदानं एकदम थबकली. "अरे व्वा! आज भली मेजवानी मिळाली. नुकतं मिसरुड फुटलेली ही दोन कोवळी पोरं आणि हा म्हातारा ऋषी–यांचा माझ्यापुढे काय टिकाव लागणार? – आत्ता यांची मुंडी मुरगाळून त्यांना खाऊन टाकते. नाहीतरी मला भयंकर भूक लागलीच आहे" असं स्वत:शीच पुटपुटत ती रामाच्या दिशेनं झेपावली. दोघांमध्ये घनघोर लढाई झाली. ताडका बलवान

होती. तिनं राम-लक्ष्मणाशी चांगलाच सामना दिला. पण अखेर दोघांच्या शक्तीपुढे तिचं काही चाललं नाही. रामानं आपला एक दिव्य बाण तिच्या दिशेनं सोडला–तो थेट तिच्या छातीत घुसला. मोठा आकांत करत ती रामाच्या पायाशी येऊन कोसळली. त्या गगनभेदी किंकाळीनं घाबरून जाऊन अरण्यातले पशू सैरावैरा पळत सुटले–पक्षी कर्कश आवाज करत आकाशात घिरट्या घालायला लागले.

हा सगळा प्रसंग स्वर्गलोकातून देवदेवताही बघत होते. स्वत: विश्वामित्र ऋषी राम-लक्ष्मणाच्या अतुलनीय शौर्यानं आणि साहसानं थक्क झाले होते. त्यांना त्या वीरांचा अभिमान वाटला. त्यांनी दोघांना आनंदानं शुभाशीर्वाद दिले.

ताडका राक्षशिणीचा वध झाल्यामुळे विश्वामित्र निश्चिंत झाले. आता त्यांचा यज्ञ निर्विघ्नपणे पार पडणार होता. साऱ्या दंडकारण्यात पुन्हा एकदा शांततेचं वातावरण निर्माण झालं. अरण्यवासियांसह सगळे पशुपक्षीही निश्चिंत, भयमुक्त झाले. पशू आनंदानं विहार करू लागले. पक्ष्यांच्या कुंजनानं, किलबिलाटानं सारं अरण्य भरून गेलं, भारावून गेलं. भीतीनं गोठून गेलेले झरे पुन्हा उत्साहानं खळखळत वाहू लागले. मऊ लुसलुशीत हिरवंगार गवत वाऱ्यावर डोलू लागलं. श्रीराम आणि लक्ष्मण यांनी आपल्या पराक्रमानं दंडकारण्यात पुन्हा एकदा शांती आणि आनंद आणला.

श्रीराम-सीतेचा विवाह

दंडकारण्यात ऋषी विश्वामित्र यांच्यासमवेत राम आणि लक्ष्मण काही दिवस राहिले. त्यांच्या संरक्षणात विश्वामित्रांचा यज्ञही संपन्न झाला. त्यानंतर ते दोन्ही राजपुत्रांना घेऊन मिथिला नगरीच्या दिशेनं निघाले. मिथिलेचा राजा जनक होता. त्यानं आपली लाडकी सौंदर्यवती उपवर कन्या सीता हिचं स्वयंवर आयोजित केलं होतं. युवराज श्रीराम आणि राजपुत्र लक्ष्मण यांनी स्वयंवराला उपस्थित राहावं, अशी विश्वामित्रांची इच्छा होती.

वाटेत त्यांना गौतम ऋषींचा सुंदर परंतु निर्मनुष्य झालेला आश्रम दिसला. गौतम ऋषी आपली रूपवान पत्नी अहल्या हिच्याबरोबर त्याच आश्रमात पूर्वी राहत असत. प्रत्यक्ष देवांचा राजा इंद्र याला अहल्येच्या रूपाची भुरळ पडली. त्यानं संन्याशाचा वेश घेतला आणि गौतम ऋषींच्या आश्रमात आला आणि अहल्येला प्राप्त करण्याच्या दुष्ट हेतूनं त्यानं गौतम ऋषींच्या पर्णकुटीत प्रवेश केला. गौतमांनी ते पाहिलं. आपल्या पत्नीच्या चारित्र्याबद्दल त्यांच्या मनात शंका आली आणि

संतापाच्या भरात त्यांनी अहल्येला शाप दिला–''आत्ता ह्या क्षणी तू शिळा होऊन पडशील आणि जोपर्यंत भगवान श्रीराम ह्या आश्रमात येऊन त्यांचा पदस्पर्श तुला होत नाही, तोपर्यंत तुला पूर्वीचा देह प्राप्त होणार नाही. श्रीरामांच्या पदस्पर्शानेच तुला पुन्हा देह मिळून तुझा उद्धार होईल.'' –गौतम ऋषींच्या शापवाणीनुसार अहल्या तत्क्षणी शिळा झाली. ज्या क्षणी त्या शिळेला श्रीरामांच्या पायाचा स्पर्श झाला, त्या क्षणी ती शापमुक्त झाली–तिला पूर्वीचा देह मिळाला. ती उठून उभी राहिली. तिच्या डोळ्यांतून अश्रू वाहू लागले. आपल्याला शापमुक्त करणाऱ्या श्रीरामाला तिनं वंदन करून त्याचे आभार मानले. त्यानंतर मुनी विश्वामित्र राम-लक्ष्मणाला घेऊन मिथिलेकडे निघाले. अत्यंत दयाळू, प्रजाप्रिय राजा विदेही जनकाच्या राज्याची मिथिला नगरी ही राजधानी होती. तो आपल्या 'देहजनित इच्छांचा विसर पडलेला' 'देहातीत अवस्था प्राप्त झालेला' असल्यामुळे त्याला 'विदेही' जनक असं म्हणत असत. तिघेही राजवाड्याच्या प्रवेशद्वाराजवळ पोहोचले. स्वत: महर्षी विश्वामित्र दोन राजपुत्रांना घेऊन आलेले पाहून राजा जनक धावतच त्यांच्या स्वागतासाठी पुढे आला. महर्षींना वंदन करून त्यांची विचारपूस केली. ''मुनिवर, आपल्यासमवेत हे दोन राजपुत्र कोण आहेत?'' –जनकानं विचारलं. ''राजन, अयोध्याधिपती सम्राट दशरथाचे हे दोन्ही पुत्र आहेत. मी त्यांना राजकन्या सीतेच्या स्वयंवरात अतिथी म्हणून घेऊन आलो आहे.'' महर्षी उत्तरले.

हे ऐकून राजा जनकाला खूप आनंद झाला. त्यानं दोन्ही हात पसरून आदरानं श्रीराम-लक्ष्मणाचं स्वागत केलं. मुळातच उत्तम वास्तुशिल्पाचा नमुना असलेला राजवाडा सीतेच्या स्वयंवराच्या निमित्तानं विशेष सजवण्यात आला होता.

स्वयंवराच्या प्रांगणात उत्तम आसनं ठेवली होती. मध्यभागी भगवान शिवांचं दैवी 'शिवधनुष्य' सजवलेल्या विशेष मंचकावर ठेवण्यात आलं होतं. 'जो वीरयोद्धा या शिवधनुष्याला बाण लावून त्याची प्रत्यंचा ओढेल, त्याच्या गळ्यात राजकन्या सीता वरमाला घालेल,' असा राजा जनकाचा सीता स्वयंवरासाठी 'पण' होता. स्वयंवर दुसऱ्या दिवशी होतं.

स्वयंवराचा दिवस उजाडला. सकाळपासूनच भारतवर्षाच्या कानाकोपऱ्यातून आलेल्या शूरवीर राजांचं आगमन होऊ लागलं. एकेक राजे येऊन आसन ग्रहण करत होते. सर्वजण राजकन्या सीतेच्या येण्याची आणि स्वयंवराची घोषणा होण्याची मोठ्या उत्सुकतेनं वाट बघत होते. एवढ्यात वधुवेष परिधान केलेली रूपवती सीता स्वयंवर स्थळी आली. तिच्या कोमल हातात सुंदर वरमाला शोभून दिसत होती. ती वरमाला कोणा भाग्यवंताच्या गळ्यात घालणार, याची उत्सुकता प्रत्येकाच्या चेहऱ्यावर दिसत होती. सीतेच्या आगमनानं जणू सारं प्रांगण तेजाळून निघालं.

राजा जनकानं आपली प्रिय कन्या सीता हिच्या स्वयंवराची घोषणा केली. एकेका राजाचं नाव पुकारलं जात होतं. त्या राजाच्या वंशाचं वर्णन केलं जात होतं. त्यानुसार तो राजा दिव्य शिवधनुष्याला बाण लावून प्रत्यंचा ओढण्याची जनकाची अट पूर्ण करण्यासाठी पुढे येत होता. धनुष्याला बाण लावणं तर दूरच–कोणालाही ते शिवधनुष्य साधं उचलताही येत नव्हतं. एखाद्यानं मोठ्या शक्तिनिशी उचललं, तरी ते पेलता येत नव्हतं. प्रत्येक जण फजिती होऊन आपल्या आसनी परतत होता. सर्व जण अपयशानं खजील होऊन माना खाली घालून बसले होते. सर्वांची ही अवस्था पाहून राजा जनक काळजीत पडला.

'आता काय करावं? सीतेचा विवाह कसा होणार? तिला योग्य वर कसा मिळणार?' महर्षी विश्वामित्र, युवराज राम आणि राजपुत्र लक्ष्मण हा दुःखद प्रसंग पाहत होते. आमंत्रित राजांपैकी एकही जण सीतेच्या योग्य नाही, हे पाहून राजा जनकाने पुन्हा घोषणा केली–''या पृथ्वीतलावर अद्याप असा कोणी वीर आहे, जो हे शिवधनुष्य पेलून त्याची प्रत्यंचा ओढू शकेल? माझ्या कन्येच्या नशिबात विवाह होणे नाही का? कोणीच असा योद्धा नाही का, की जो माझा हा पण पूर्ण करू शकेल? आजच्या या प्रसंगानं मी अतिशय निराश झालो आहे.'' राजाच्या मनातली चिंता, दुःख त्याच्या स्वरातूनच व्यक्त होत होतं. त्याचं बोलणं तिथे उपस्थित असलेल्या प्रत्येकाच्याच मनाला भिडलं. सर्वत्र शांतता पसरली. कोणीच काही करू शकत नव्हतं.

प्रत्यक्ष राजा जनकाची चिंता, राजकन्या सीता आणि तिच्या दासी, सख्या यांचं दुःख त्या पराभूत राजांच्या शरमेपेक्षा कैकपटींनी जास्त होतं. सगळं वातावरणच स्तब्ध होऊन गेलं होतं. राजा जनकाच्या आवाहनानं राजकुमार लक्ष्मणाला राग आला. 'सर्वश्रेष्ठ धनुर्धर वीर योद्धा आपला वडीलबंधू श्रीराम इथे उपस्थित असताना पृथ्वी निःक्षत्रिय कशी होईल? श्रीरामाला अशक्य असं काहीच नाही.' ऋषी विश्वामित्रांनी लक्ष्मणाच्या मनातील हे विचार जाणले. त्यांनी रामाला सांगितलं–''दशरथनंदन रामा, ऊठ. तू हा पण पूर्ण करशील याची मला खात्री आहे. जा–शिवधनुष्याला बाण लावून प्रत्यंचा ओढ आणि स्वयंवरात विजयी होऊन सीतेला प्राप्त कर. तूच तिचा पती होणार आहेस हे विधिलिखित आहे.'' आपल्या गुरूंचे बोलणे ऐकून राम आसनावरून उठला. त्यानं गुरूंना चरणस्पर्श करून वंदन केलं. त्यांचा आशीर्वाद घेतला आणि तो शिवधनुष्य ठेवलेल्या मंचकाकडे गेला. सर्वांचे डोळे रामाकडे लागले होते. 'आता हा

कोवळा राजकुमार काय करणार? तो हे शिवधनुष्य पेलणार का? स्वयंवराची अट पूर्ण करणार का?' असं खूप काही त्यांच्या नजरेत दिसत होतं.

राम शिवधनुष्याच्यापुढे उभा राहिला. आधी त्यानं त्या दिव्य धनुष्याला नमस्कार केला. ते पाहून राजा जनकाला आश्चर्य वाटलं. कारण स्वयंवरात भाग घेतलेल्या एकाही राजानं शिवधनुष्याला नमस्कार केला नव्हता. सर्व जण श्वास रोखून रामाकडे पाहत होते. राम वाकला आणि एखाद्या देवाप्रमाणे त्यानं त्या धनुष्याला हात घातला. अगदी सहजपणे एखादं खेळणं उचलावं, तसं त्यानं ते धनुष्य उचललं आणि प्रत्यंचा ओढली, तसे त्याचे दोन तुकडे झाले. शिवधनुष्य भंग पावलं. त्याचा मोठा आवाज झाला. प्रांगणात हजर असलेल्या सर्वांनी एकच जल्लोष केला. स्वर्गातूनही रामाचा जयजयकार ऐकू आला. पुष्पवृष्टी झाली. सर्व जण आनंदले.

राजा जनक आणि सीता रामाच्या सामर्थ्याबरोबरच त्याच्या दिव्यशक्तीनं आणि विनम्र वर्तनानं भारावून गेले. सीतेला तिला योग्य असा पती मिळाला होता– शूर वीर, सुशील आणि सुसंस्कारी. हे सद्‌भाग्य विधिलिखितच होतं.

राजा जनक उठला. त्यानं आपल्या लाडक्या कन्येला बोलावून श्रीरामाच्या गळ्यात वरमाला घालायला सांगितलं. त्या वेळी स्वर्गातून पुन्हा एकदा पुष्पवृष्टी करून देवदेवतांनी राम-सीतेला शुभाशीर्वाद दिले. सर्व ऋषिमुनींनी, आलेल्या राजेरजवाड्यांनी, राजकुमारांनी दोघांवर शुभेच्छांचा वर्षाव केला. श्रीरामानं स्वयंवरातला पण जिंकून सीतेचं पाणिग्रहण केल्याची शुभवार्ता अयोध्येत राजा दशरथाला कळवण्यात आली. आपल्या प्रजाजनांसह राजा दशरथ राम-सीतेच्या विवाहसोहळ्यासाठी मिथिलेला यायला निघाला. त्यानं राजा जनकाला देण्यासाठी

सोनं, रूपं, हिरे-माणकं आणि उत्तम जातिवंत उमदे घोडे नजराणा म्हणून बरोबर घेतले. ही भव्य शोभायात्रा मिथिलेकडे निघाली. वऱ्हाडी मंडळींमध्ये अनेक नर्तक-नर्तकी, गायक, हत्ती-घोडे आणि उंची पोशाख घातलेले महाजन आणि प्रजाजन होते. सर्व मंडळी मिथिला नगरीच्या वेशीपाशी आली. तिथे राजा जनकानं सर्वांचं अत्यंत प्रेमानं आणि आदरानं स्वागत केलं.

या भव्य स्वर्गीय विवाह सोहळ्यात प्रत्येक जण मोठ्या आनंदानं सहभागी झाला होता. या सोहळ्यातच विश्वामित्र आणि वसिष्ठ ऋषींनी राजकुमार भरत आणि शत्रुघ्न यांच्यासाठी राजा जनकाचा भाऊ कुशध्वज याच्या कन्या–मांडवी आणि श्रुतकीर्ती यांना मागणी घातली. राजा जनकानं ही मागणी तर मान्य केलीच शिवाय आपली धाकटी कन्या ऊर्मिला हिचा विवाह लक्ष्मणाशी करण्याची इच्छा व्यक्त केली. अशा तऱ्हेनं चारही राजपुत्रांचा विवाह एकाच मंडपात मोठ्या आनंदानं, उत्साहानं संपन्न झाला. राजा जनकानं साश्रूनयनांनी आपल्या मुलींची पाठवणी केली. पण आपल्या चौघी मुलींना उत्तम आणि सुयोग्य पती लाभले, याचं त्याला अतीव समाधानही होतं. आता सर्व जण पुन्हा अयोध्येकडे निघाले. अयोध्या नगरीही आपल्या राजुकमारांचं आणि राजस्नुषांचं स्वागत करायला सज्ज झाली होती. राजमार्गावर नाजूक सुवासिक फुलांच्या पायघड्या घातल्या होत्या. सगळीकडे गुढ्या-तोरणं उभारली होती. सनईच्या सुरांनी वातावरण मंगलमय झालं होतं. प्रजेच्या आनंदाला पारावार उरला नव्हता. सर्वांनी नवपरिणित जोडप्यांना वंदन करून, फुलं उधळून प्रेमानं त्यांचं स्वागत केलं.

रामाला वनवास

मिथिलेहून चौघे राजपुत्र अयोध्येला परतले. अयोध्येत सर्वत्र सुखशांती होती. बारा वर्षं राजा दशरथ राज्य करत होता. या काळात राज्यात खूप भरभराट झाली. एके दिवशी भरत आणि शत्रुघ्नाचे मामा अयोध्येला आले आणि आपल्या भाचरांना घेऊन आपल्या राज्यात, कैकेय देशी गेले. राजा दशरथ हळूहळू वृद्धत्वाकडे झुकत चालला होता. त्यामुळे आता अयोध्येच्या राज्यकारभाराची सर्व जबाबदारी ज्येष्ठ पुत्र युवराज श्रीरामावर सोपवून निश्चिंत व्हावं, असं त्याला वाटू लागलं. त्यासाठी रामाचा राज्याभिषेक होणं गरजेचं होतं.

या बाबतीत त्यानं गुरू वसिष्ठ यांचा सल्ला घेतला. राजाचा विचार ऐकून वसिष्ठही आनंदित झाले. दशरथाच्या मंत्रीमंडळानंही या निर्णयाला आनंदानं मान्यता दिली. साऱ्या अयोध्यावासियांचं रामावर पुत्रवत प्रेम होतं. तो सर्वांचा जेवढा लाडका होता, तेवढाच त्याच्याबद्दल सर्वांच्या मनात आदरही होता. श्रीराम अयोध्येचा राजा व्हायला अगदी योग्य आहे, असंच त्यांना वाटत होतं.

मंत्रीमंडळानं आपल्या निर्णयाला मान्यता दिल्यावर राजानं प्रधानमंत्री सुमंत्र याला रामाला बोलावून घेऊन यायला सांगितलं. रामाला याबद्दल काहीच माहीत नव्हतं. वडिलांनी भेटायला बोलावल्याचा निरोप मिळताच राम त्यांच्याकडे गेला. वाकून नमस्कार केला. राजानं त्याला उठवलं, जवळ घेतलं. राजा दशरथ म्हणाला, ''रामा, आता माझं वय झालं. तू हे राज्य सांभाळ. त्यासाठी तुझा राज्याभिषेक करून तुला गादीवर बसवायचं मी ठरवलंय.''

राज्याभिषेकाचा मुहूर्त दुसऱ्याच दिवशीचा होता. त्यामुळे राम मुनी वसिष्ठांना भेटून त्यांचा आशीर्वाद घ्यायला गेला. वसिष्ठ त्यांचे राजगुरूही होते. ते म्हणाले, ''रामा, आजपासून उद्यापर्यंत तू आणि सीतेनं उपवास करायला हवा.'' ''गुरुवर, तुम्ही सांगताय, तसंच आम्ही करू'', रामानं सांगितलं.

दशरथाच्या तीनही राण्या रामाच्या राज्याभिषेकाच्या बातमीनं हरखून गेल्या. त्यांचं रामावर खूप प्रेम होतं. परंतु, राणी कैकेयीची एक दासी होती–मंथरा. ती रामाचा द्वेष करी. तिनं रामाच्या राज्याभिषेकात एकेक अडथळे आणायला सुरुवात केली. ती कैकेयीला म्हणाली, ''अगं, तुला कळत कसं नाही? राम राजा झाला, तर तो तुला राजमातेसारखं नव्हे, दासीसारखं वागवेल. तुझ्या भरतालाही तो स्वत:चा गुलाम करून टाकेल आणि प्रसंगी त्याचा जीवही घेईल. सावध हो.'' हे ऐकल्यावर कैकेयीच्या मनात पुत्र भरताबद्दल प्रेम उचंबळून आलं. तिला दुष्ट मंथरेचं बोलणं खरं वाटायला लागलं. तिच्या मनात रामाबद्दल असेच वाईट विचार यायला लागले–'खरंच राम असं करेल का? तो आम्हाला राज्याबाहेर हाकलून देईल का? माझ्या भरताच्या जीवाला धोका आहे का? आता काय करावं?' मंथरेनं कैकेयीच्या मनात द्वेषाची ठिणगी टाकली होती, ती आता आगीचं रूप घेत होती. ''मंथरे, आता मी काय करावं असं तुला वाटतं?''

–कैकेयीनं विचारलं. मंथरा या संधीची वाटच पाहत होती. तिनं मोठ्या धूर्तपणे कैकेयीला एका गोष्टीची आठवण करून दिली. "कैकेयी, आठव. एका युद्धात तू राजा दशरथांचे प्राण वाचवले होतेस. त्या वेळी राजानं तुला दोन वर दिले होते. त्या वेळी तू काहीच मागितलं नव्हतंस. पण आता ते दोन वर मागायची वेळ आली आहे. एकानं रामाला चौदा वर्षं वनवास माग आणि दुसऱ्या वरासाठी आपल्या प्रिय भरताला अयोध्येचं राज्य द्यायला सांग. पण त्यासाठी राजा दशरथ सहजी तयार होणार नाहीत. त्यांच्याकडून ते

मान्य करून घेण्यासाठी तुला एक करावं लागेल–तू तुझ्या महालात स्वत:ला कोंडून घे. सगळा साजशृंगार उतरव. काळी वस्त्रं घाल. केशकलाप मोकळा सोड आणि जमिनीवर पडून राहा. राजा दशरथ स्वत: तुला भेटायला येत नाहीत, तोवर महालाचं दार उघडून नकोस–बघ तुझं म्हणणं कसं मान्य करतात ते–माझा भरतच सम्राट होणार अन् माझी कैकेयीच राजमाता होणार!"

मंथरेच्या चिथावणीनं कैकेयी पुत्रप्रेमानं जणू आंधळी झाली होती. तिला दुसरं काही सुचतच नव्हतं. मंथरेनं सांगितल्याप्रमाणे तिनं आपल्या महालात स्वत:ला कोंडून घेतलं. कोणीतरी ही वार्ता दशरथाच्या कानावर घातली. तो तातडीनं कैकयीच्या महालाकडे आला. दार उघडून आत आला. पाहतो तर काय–खरंच महाराणी कैकेयी सर्व आभूषणं उतरवून केस मोकळे सोडून जमिनीवर अंग टाकून रागानं हमसून रडत होती. राजानं तिला याचं कारण विचारलं. पण ती काहीच बोलली नाही. अखेर राजानं तिला लाडक्या रामाची शपथ घातली. "प्रिये, तुला रामाची शपथ आहे. काय झालं ते सांग. तुला काय हवं ते सांग. मी तुझी इच्छा पूर्ण करेन. पण हा हट्ट सोड." राजानं तिची समजूत घातली. हे ऐकल्यावर कैकेयीचं रडणं

थांबलं. ती लगेचच म्हणाली, ''महाराज, मला आपण दोन वर दिले होतेत, ते मी आता मागते. एकाने माझ्या भरताला राज्याभिषेक झाला पाहिजे आणि दुसऱ्याने त्या रामाला चौदा वर्षं वनवासात धाडलं पाहिजे.'' हे शब्द ऐकून राजा अत्यंत दु:खी झाला आणि शुद्ध हरपून तो जमिनीवर कोसळला.

इकडे राम आणि सीता आपल्या महालात अतिशय आनंदात होते. सीता आपल्या पतीच्या राज्याभिषेकाची स्वप्नं पाहत होती. वसिष्ठ मुनींनी सांगितल्याप्रमाणे दोघांचा उपवास होता. दोघे रात्रभर गप्पागोष्टी करत उद्याच्या कार्यक्रमाची रूपरेषा आखत होते. त्या दोघांना कैकेयीच्या महालात घडलेल्या प्रसंगाची काहीच कल्पना नव्हती. तिकडे काही वेळानं दशरथ राजा भानावर आला. कैकेयीनं आपला हट्ट सोडून दोन्ही मागण्या मागे घ्याव्यात म्हणून तिची विनवणी करायला लागला. म्हणाला–''कैकेयी, रामाचा राज्याभिषेक कसा रद्द करू? त्याला काय कारण सांगू? त्याला तोंड कसं दाखवू? तो चौदा वर्षं वनवासात गेल्यावर मी त्याच्याशिवाय इथे राजमहालात कसा जगू? दया कर. निदान रामाला वनवासात पाठवण्याचा तरी हट्ट सोडून दे. मी त्याच्याशिवाय क्षणभरही नाही जगू शकणार. माझ्यावर कृपा कर. माझं ऐक.'' पण कैकेयीमात्र आपला हट्ट सोडायला तयार नव्हती. आपल्या या भयंकर मागण्यांवर ठाम होती.

आपल्या विनवण्याचा पाषाण-हृदयी कैकेयीवर काहीच परिणाम होत नाही, हे पाहिल्यावर अखेर राजा म्हणाला, ''ठीक आहे. तुझ्या मागण्यानुसारच सर्व काही होईल. तुझी इच्छा मी पूर्ण करेन, परंतु हे सर्व तू तुझ्या तोंडानं रामाला सांगितलंस तर!'' राजाचं वचन ऐकून कैकेयी लगेच उभी राहिली आणि तिनं आनंदानं सुमंत्रांकरवी रामाला बोलावणं पाठवलं. सुमंत्र रामाकडे गेले. राम राज्याभिषेकासाठी जाण्याच्या तयारीतच होता. ''युवराज, आपल्याला मुख्य राजवाड्यात बोलावलं

आहे. स्वत: महाराज आणि महाराणी कैकेयी तिथे आपली वाट पाहत आहेत.''–सुमंत्रानं कैकेयीचा निरोप दिला. रामानं लगेचच आज्ञेचं पालन केलं. तो राजवाड्यात पोहोचतो तो काय–माता कैकेयी जुन्या वस्त्रांमध्ये, अंगावर एकही आभूषण नसलेल्या अवस्थेत आणि त्रासलेली त्याला दिसली. त्यानं राजाकडे बघितलं–राजाच्या डोळ्यांतून अश्रू ओघळत होते. त्याच्या चेहऱ्यावर अतीव दु:ख दिसतच होतं. हे काय? रामाला काहीच कळेना. त्यानं दोघांना वाकून नमस्कार केला. तो

कैकेयीसमोर हात जोडून उभा राहिला–''माते, हा काय प्रकार आहे? मला इथे का बोलावलंय? सांग–मी तुझ्यासाठी काय करू?''–अतिशय नम्रपणे रामानं विचारलं. कैकेयीनं दशरथानं दिलेल्या दोन वरांबद्दल आणि त्या बदल्यात तिनं केलेल्या दोन्ही मागण्यांबद्दल रामाला सगळं सांगून टाकलं. ''रामा, माझ्या भरतालाच हे राज्य मिळायला हवं आणि तू आत्ताच्याआत्ता चौदा वर्षं वनवासात जायला हवंस–असं मी महाराजांना सांगितलं आहे,'' ती म्हणाली. रामानं कैकेयीचं बोलणं शांतपणे ऐकून घेतलं आणि आपण तिच्या दोन्ही इच्छा पूर्ण करायला आनंदानं तयार आहोत, असंही सांगितलं.

''माते, मी वनवासात जायला तयार आहे. माझ्या भरताला राज्याभिषेक होणं ही तर माझ्यासाठी खूप आनंदाची गोष्ट आहे.''–राम मनापासून म्हणाला. राम कैकेयीच्या इच्छेनुसार वनवासात जायला तयार झाला. त्याची नवपरिणित सुंदर पत्नी सीता आणि धाकटा भाऊ लक्ष्मण यांनीही रामाबरोबर वनवासात जायची तयारी केली. तिघेही दशरथाच्या पाया पडले–तिन्ही मातांच्या पाया पडून सर्वांचे आशीर्वाद घेतले. कैकेयीच्या इच्छेमुळे राम वनवासात निघाला आहे, ही बातमी एव्हाना साऱ्या अयोध्या नगरीत वाऱ्यासारखी पसरली. सगळी प्रजा राजवाड्यासमोर जमली.

बायका-पुरुष-वृद्ध-मुलंमुली सगळे जण आपली घरदारं सोडून रामाबरोबर वनात जायलाच तिथं जमले होते. वनवासात जाताना राजवस्त्रं घालणं योग्य नव्हतं. त्यामुळे राम-सीता आणि लक्ष्मण तिघांनीही आपली रेशमी राजवस्त्रं आणि उंची आभूषणं उतरवून ठेवली आणि साधी सुती वस्त्रं परिधान केली. तिघंही रथात बसून वनाच्या दिशेनं निघाले. सारी प्रजा त्यांच्यापाठोपाठ निघाली. अत्यंत दुःखी व जड अंतःकरणानं सुमंत्रानं रथाच्या घोड्यांचे लगाम हातात घेतले. 'रामा-रामा–'असा एकच हंबरडा फोडून अतीव दुःखानं राजा दशरथ बेशुद्ध झाला. त्याला सावरणं कोणालाच शक्य नव्हतं. अयोध्येची सीमा आली. सुमंत्रानं रथ थांबवला. तमसा नदीच्या किनारी विसावा घ्यायला सगळे उतरले. घोड्यांनाही चारापाणी दिलं. रामानं सायंप्रार्थना म्हटली आणि तो लक्ष्मणाला म्हणाला, ''लक्ष्मणा, वनाच्या दिशेनं जातानाची ही पहिली रात्र आहे. आज आपण उपवास करू या.''

लक्ष्मणानं आसपास फिरून मऊ गवत आणलं. ते जमिनीवर पसरलं. राम-सीतेनं त्या गवतावर निजून विश्रांती घेतली. सुमंत्राबरोबर बोलत लक्ष्मणानं सारी रात्र पहारा केला. पहाट झाली. राम उठला. सुमंत्राला म्हणाला, ''सुमंत्रजी, आमच्याबरोबर इथवर आलेले प्रजाजन अजून झोपलेले आहेत, तेवढ्यातच आम्ही तिघे पुढे जातो. नाहीतर हे सगळे आमच्याबरोबर येण्याचा हट्ट धरतील. तेव्हा ते उठण्यापूर्वी कृपया आम्हाला रथातून आणखी थोडं दूर घेऊन चलावं.'' सुमंत्रानं रामाच्या म्हणण्यानुसार त्यांना दूरवर नेऊन सोडलं. सकाळ झाली. पक्ष्यांचा किलबिलाट ऐकून सगळी माणसं जागी झाली. उठून बघतात तो काय–राम, लक्ष्मण आणि सीता कुठंच दिसत नव्हते. ते आपल्याला सोडून वनात गेले, दिसेनासे झाले म्हणून शेवटी जड अंतःकरणानं सगळे अयोध्येच्या दिशेनं परत निघाले. इकडे सुमंत्रानं अयोध्येच्या दक्षिण सीमेवर

असलेल्या कौसल्या नगरीच्या वेशीपर्यंत रथ नेला. रामानं त्याला थांबवलं. तिघं रथातून उतरले. रामानं अयोध्येच्या दिशेनं आदरानं वंदन केलं. नंतर त्यांचा रथ पवित्र गंगा नदीच्या किनाऱ्यानं निघाला. या प्रदेशाचा राजा गुह याला राम आपल्या प्रदेशातून जात असल्याची वार्ता कळली. तो रामाला भेटायला आला. ''श्रीराम, माझ्या भूमीला आपले पाय लागले हे माझं केवढं भाग्य! आपण वनवासाची चौदाही वर्षं इथेच राहावं–'' त्यानं प्रार्थना केली. रामानं गुहला जवळ घेतलं आणि तो म्हणाला, ''राजा गुह, तुझ्या प्रेमानं मी भारावलो आहे. पण मला वचन पाळायचं आहे. त्यानुसार मला चौदा वर्षं वनातच राहणं भाग आहे. पण तुझ्या प्रेमाखातर मी आजची एक रात्र तुझ्या राज्यात राहीन.''

सकाळी राम सुमंत्राला म्हणाला–''सुमंत्र, आता तुम्ही अयोध्येला परतायला हवं. तुमची गरज तिथे जास्त आहे. महाराज दशरथ वृद्ध आहेत. शिवाय आत्ता ते अत्यंत दुःखी आहेत. अशा वेळी त्यांना तुमचाच आधार आहे. तुम्हीच त्यांना सावरू शकता.'' रामाचं बोलणं ऐकून सुमंत्र दुःखी झाला. रामाला सोडून जाणं त्याच्या जिवावर आलं होतं, पण शोकाकुल दशरथ राजाला आपली गरज आहे, हेही पटत होतं. अखेरीस मन घट्ट करून सुमंत्र अयोध्येच्या दिशेनं निघाला. राम-सीता-लक्ष्मण वनाच्या दिशेनं निघाले. आता त्यांचा खरा वनवास सुरू झाला होता.

गंगानदीवरचा नावाडी

सुमंत्राला अयोध्येला पाठवून राम, सीता आणि लक्ष्मण पवित्र गंगानदीच्या किनारी आले. पुढे वनवासात जाण्यासाठी त्यांना ही नदी पार करून पैलतिरी जाणं गरजेचं होतं. रामानं इकडेतिकडे पाहिलं. त्याला किनाऱ्यापासून थोड्या अंतरावर एक नावाडी आपली नाव घेऊन बसलेला दिसला. त्यानं नावाड्याला बोलावलं आणि तिघांना नदी पार करून पलीकडच्या तीरावर सोडण्याची विनंती केली.

नावेतून लोकांना या तीरावरून त्या तीरावर घेऊन जाणं हा तर नावाड्याचा रोजीरोटीचा धंदा होता. पण त्यानं रामाला ओळखलं. रामाला वाकून नमस्कार करून तो म्हणाला, ''देवा, तुम्ही कोण आहात हे मला माहीत आहे. तुमच्याच पायाच्या स्पर्शानं शिळा झालेली एक बाई पुन्हा जिवंत झाली, हे मी ऐकलंय. तुमच्या पायात दैवी शक्ती आहे. माझी होडी साधी लाकडाची आहे. तुम्ही त्यात पाय ठेवल्यावर ती काही वेगळीच झाली तर? ही होडीच माझ्या घरादाराचं पोषण करायचं साधन आहे. मला क्षमा करा. मी आपल्याला पैलतिरी नेऊ शकत नाही.'' नावाड्याचं बोलणं ऐकून राम हसला. ''अरे भाऊ, मी, माझी पत्नी सीता आणि बंधू लक्ष्मण यांना नदी पार

करून जाणं गरजेचं आहे. कृपा करून तू आम्हाला मदत कर.''–रामानं त्याला पुन्हा विनंती केली. नावाड्यानं क्षणभर विचार केला आणि तो म्हणाला–''महाराज, मी तुम्हाला माझ्या होडीतून घेऊन जाईन. पण माझी एक अट आहे. तुम्ही होडीत बसण्याआधी तुमचे पाय धुवेन. मगच तुम्ही होडीत बसावं. नाहीतर तुमच्या पायावरच्या धुळीनं माझ्या होडीचं रूप बदलून ती एखादी बाई व्हायची!'' त्याचं बोलणं ऐकून तिघांना खूप हसू आलं. राम म्हणाला, ''तुला जर तसं वाटत असेल, तर तू माझे पाय धू. आणि मग आम्हाला घेऊन जा. झालं समाधान?'' हे ऐकून नावाडी धावत गेला आणि एका लाकडी भांड्यात गंगेचं पाणी घेऊन आला. रामासमोर गुडघे टेकून बसला.

मोठ्या प्रेमानं हळुवारपणे त्यानं रामाचे पाय धुतले. आपल्या उपरण्यानं पाणी टिपून घेतलं. रामाचे पाय धुण्याचं भाग्य आपल्याला लाभलं याचा त्याला खूप आनंद झाला. अगदी धन्यधन्य वाटलं. स्वर्गलोकातून हे दृश्य पाहणाऱ्या देवांनासुद्धा नावाड्याच्या दुर्लभ भाग्याचा हेवा वाटला. रामाचे पाय धुतल्यानंतर नावाड्यानं तिघांनाही नावेत बसायला साहाय्य केलं.

त्या तिघांना कुठलाही त्रास होऊ नये, उलट नावेत बसल्याचा आनंद व्हावा यासाठी नावाडी अगदी काळजीपूर्वक नाव हाकत होता. नाव दुसऱ्या तीराला लागल्यावर नावाडी आधी उतरला आणि त्यानं तिघांना नावेतून उतरायला मदत केली. रामाच्या पायावर डोकं ठेवून आशीर्वाद घेतला.

रामाचा भक्त असलेल्या त्या नावाड्याचं सीतेला कौतुक वाटलं. तिनं प्रसन्न होऊन त्याला मौल्यवान अंगठी देऊ केली. पण त्यानं नम्रपणे ती भेट नाकारली. तो म्हणाला, ''सीतामाई, मला आपल्या तिघांची सेवा करायचं भाग्य लाभलं. आपला आणि श्रीराम, लक्ष्मणांचा आशीर्वाद मिळाला.

माझ्यासाठी याहून मौल्यवान काय असणार? मला दुसरं काही नको. आपली कृपा असावी.''असं म्हणून पुन्हा एकवार तिघांना वंदन करून तो नाव घेऊन निघाला. राम-लक्ष्मणानं पवित्र गंगेत स्नान केलं. गंगामातेनं तिघांनाही पुढील वनवासासाठी आशीर्वाद दिला. आता राम-सीता-लक्ष्मण पुढे निघाले. लवकरच गंगेचा किनारा मागे पडला. दाट अरण्य सुरू होणार हे पाहून राम लक्ष्मणाला म्हणाला, ''लक्ष्मणा, आता तू पुढे राहा. सीता मधे असेल आणि मी तुमच्यामागे.''

दोघांच्यामध्ये सीतेनं असणं रामाला सुरक्षित वाटत होतं. जंगली श्वापदांपासून सीतेचं रक्षण करण्याचा तोच एक मार्ग होता. डोंगर, दऱ्याखोऱ्या-झाडंझुडपं यातून तिघं मार्ग काढत होते.

काट्या-कुट्यांनी भरलेल्या जमिनीवर तिघांनी आजवर कधीच पाऊलही ठेवलं नव्हतं; पण 'हे आपलं प्रारब्ध आहे', असं समजून तिघांनी हे वनवासी आयुष्य स्वीकारलं. मजल दरमजल करत ते भारद्वाज ऋषींच्या आश्रमात पोहोचले. तिथं ऋषींनी अत्यंत प्रेमानं त्यांचं स्वागत केलं. त्यांची सगळी हकिकत ऐकून घेतली. सारी परिस्थिती त्यांच्या लक्षात आली. ते म्हणाले, ''रामा, या वनात तुमच्यासाठी सुरक्षित जागा एकच आहे–चित्रकूट पर्वत. तिथे तुम्ही राहावं.'' रामानं त्यांचा सल्ला मानला आणि तिघं चित्रकूट पर्वताच्या दिशेनं निघाले. इकडे सुमंत्र मोठ्या जड अंत:करणानं अयोध्येत पोहोचला. सुमंत्राला एकटंच आलेलं पाहून महाराज दशरथ आणि रामाची आई कौसल्या यांच्या हृदयाचा बांध फुटला. अत्यंत दु:खी होऊन दशरथानं विचारलं, ''सुमंत्रा, तू एकटाच कसा परत आलास? माझा

लाडका राम कुठे आहे? तो नाही आला तुझ्याबरोबर? अरे, माझ्या रामाशिवाय मी कसा जगू? सांग सुमंत्रा, माझ्या रामाला तू कुठे सोडून आलास? कुठं आहे माझा राम?'' कौसल्या मातेच्या डोळ्यांतून तर अश्रूंचा जणू पूरच वाहत होता–''सुमंत्रा, मला माझ्या रामाकडे घेऊन चल. मीसुद्धा त्याच्याबरोबर वनात राहीन. माझा राम मला सोडून त्या वनात कसा राहील? माझा लक्ष्मण आणि सीता कसे आहेत? ती तर अगदीच लहान पोर आहे रे–''कौसल्येला शोक अनावर झाला होता.

''महाराज, महाराणी! रामानं मला तुमच्याबरोबर राहायला, तुमची काळजी घ्यायला सांगून परत पाठवलंय. कैकेयी मातेची इच्छा पूर्ण करण्यासाठी तो आता पुढची चौदा वर्षं वनवासात राहणार आहे.'' हे ऐकून कौसल्या माता ओक्साबोक्सी रडू लागली. महाराजा दशरथ तर हे ऐकून जमिनीवरच कोसळले. मस्तक दोन्ही हातात धरून ते विलाप करू लागले. ''भूतकाळातील घटनांचे परिणाम वर्तमान काळावर होतातच. त्यांच्यापासून कोणाचीही कधीही सुटका होत नाही, हे आता मला कळून चुकलं आहे. तरुणपणी माझ्या हातून घडलेल्या एका भयंकर पापाचीच ही मला शिक्षा मिळते आहे.'' महाराणी कौसल्येला महाराज काय बोलताहेत हे कळेना. मंत्री सुमंत्रालाही महाराजांच्या जीवनात ही कुठली घटना घडून गेलीये हे समजेना. दोघंही दशरथाकडे बघू लागले.

दशरथ म्हणाला, ''माझ्या तरुणपणातली ही घटना आहे. मी उत्तम धनुर्धर होतो आणि मला शिकारीचा छंद होता. वनात जाऊन शिकार करणं मला आवडायचं. वनात एखाद्या प्राण्याला प्रत्यक्ष न बघता त्याच्या फक्त आवाजाच्या दिशेनं अचूक तिरंदाजी करण्यात मी पटाईत होतो. नुसत्या आवाजाच्या दिशेनं बाण मारून मी नेमकं सावज टिपत असे. एकदा असाच मी शिकारीला गेलो होतो. रात्र झाली होती. सगळीकडे अंधार पसरलेला होता. मी सावजाच्या शोधात होतो. एवढ्यात मला नदीच्या पाण्यात काही पात्र बुडवावं असा आवाज आला. बहुधा हत्ती पाणी प्यायला

आला असावा, असं समजून मी त्या आवाजाच्या दिशेनं बाण मारण्यासाठी धनुष्यावर बाण चढवला. प्रत्यंचा ओढली–माझा बाण सूं-सूं करत गेला आणि त्यानं सावजाचा वेध घेतला आणि मला एका मुलाची किंकाळी ऐकू आली–म्हणजे? मला तर काहीच कळेना–मी धावत तिकडे गेलो–नदीकाठी एक मुलगा पडलेला होता–माझा बाण त्याला लागला होता. तो शेवटच्या घटका मोजत होता. त्याचं नाव होतं श्रावण. त्याचे आईवडील अंध होते. तो त्यांना कावडीत बसवून स्वत: तीर्थयात्रेला घेऊन चालला होता. त्यांना तहान लागली म्हणून पाणी आणण्यासाठी तो नदीकाठी आला होता, असं त्यानं सांगितलं. नेमका त्याच्याच पात्राचा आवाज ऐकून मी बाण सोडला आणि बाणानं त्या श्रावणबाळाचा वेध घेतला. 'माझ्या तहानलेल्या आई-बाबांना एवढं पाणी नेऊन द्या' असं बोलून त्यानं प्राण सोडला.

मी ते पाण्याचं पात्र घेऊन त्याच्या आई-वडिलांकडे गेलो. माझी चाहूल ऐकून त्यांना वाटलं त्यांचा बाळच आला आहे. मी न बोलता त्यांना पाणी दिलं. 'बाळ, तू

बोलत का नाहीस? आमच्यावर रागावला आहेस का?' असं त्यांनी विचारल्यावरमात्र मी त्यांना खरं काय घडलं ते सांगून टाकलं. त्यांची क्षमा मागितली. पण त्या दुःखी, अंध म्हाताऱ्या आईवडिलांनी मला शाप दिला. म्हणाले, "आम्ही जसे मुलाच्या वियोगानं मरत आहोत, तसाच तुलाही तुझा मुलगा सोडून जाईल. तूही पुत्रवियोगानं मरशील!" राजा दशरथ सांगत राहिला, "त्या क्षणापासून त्यांच्या शापानं माझी पाठ सोडली नाही. क्षणभरही मी त्यांचं बोलणं विसरू शकलो नाही आणि आज

त्यांची शापवाणी खरी ठरली. माझ्या लाडक्या रामाशिवाय मी कसा जगू? आता गाझं मरण मला दिसतंय." कौसल्या आणि सुमंत्रानं दशरथाला शांत करण्याचा प्रयत्न केला. दोघं राजाला त्याच्या महालात घेऊन गेले.

काही वेळानं राजा ओरडू लागला, "कौसल्ये, माझ्या डोळ्यापुढे अंधारी येतेय. मला काहीही दिसत नाहीये. मीपण श्रावणाच्या आई-वडिलांसारखा अंध होणार. माझा राम माझ्याकडे परत येणार नाही का? तो मला वाचवणार नाही का? राम! राम! राम! राम! राम!" असं म्हणतम्हणतच दशरथानं अखेरचा श्वास घेतला. सगळ्या राजवाड्यात ही दुःखद वार्ता पसरली. सारी अयोध्या नगरी शोकसागरात बुडून गेली. महाराणी कौसल्या तर कोलमडून पडली. आधी पुत्रवियोगाचं दुःखं आणि आता हा पतिवियोगाचा दुःखाचा डोंगरच जणू तिच्यावर कोसळला होता. दशरथाच्या मृत्यूची वार्ता ऐकून महर्षी वसिष्ठ तिथे पोहोचले. आपल्या आजोळी गेलेल्या भरत आणि शत्रुघ्नालाही निरोप धाडला गेला. त्यांना आणण्यासाठी दूत पाठवले गेले. अयोध्येत काहीतरी दुःखद घटना घडली असावी, अशी त्यांना शंका

आली. ते दोघं लगेच अयोध्येत आले. भरत त्वरेनं आपल्या आईच्या–महाराणी कैकेयीच्या महालात गेला. तिला वंदन करून त्यानं वडिलांबद्दल विचारलं. आपल्या वडिलांच्या मृत्यूची वार्ता ऐकून भरताला धक्काच बसला. तो मोठ्याने आक्रोश करायला लागला. थोडं सावरल्यावर त्यानं आईला रामाबद्दल विचारलं. कैकेयीनं घडलेल्या सगळ्या गोष्टी भरताला सांगितल्या. ''भरत बाळा, मी रामाला चौदा वर्षं वनवासात धाडलं आहे. आता तूच या अयोध्येचा राजा होणार आणि मी राजमाता!'' कैकेयीचं हे बोलणं ऐकून भरत अतिशय संतापला. तो म्हणाला, ''माते, तू हे काय केलंस? सत्तेच्या हव्यासापायी तू माझ्या पित्याचा जीव घेतलास! तुला 'आई' म्हणायची मला शरम वाटते. या क्षणापासून तुझा-माझा संबंध संपला!'' असं म्हणून तो त्वेषानं राजवाड्यातून बाहेर पडला. अयोध्येचा राज्यकारभार सांभाळण्यासाठी रामाला परत घेऊन येण्याची आणि अयोध्येच्या राजसिंहासनावर बसवण्याची आपल्या वडिलांची इच्छा पूर्ण करण्याची त्यानं शपथ घेतली–नव्हे अशी प्रतिज्ञाच केली!

राम-भरत भेट

कैकेयीचं बोलणं ऐकल्यावर राम, सीता आणि लक्ष्मण यांच्यावर किती अन्याय झालाय ते भरताच्या लक्षात आलं. या सगळ्याला आपलीच आई कारणीभूत आहे, याचं त्याला अत्यंत दुःख झालं. आईच्या या दुष्टपणानं वागण्याला क्षमा नाही, असं त्याला वाटलं. तिच्याशी संबंध तोडून तोही वनात जायला निघाला. रामाला वनातून शोधून आणून अयोध्येचं राज्य त्याच्याच स्वाधीन करण्याचा त्यानं विडा उचलला होता. आपल्या आईमुळे आपले वडील आपल्याला कायमचे सोडून गेले, या विचारानं भरत अतिशय उद्विग्न झाला होता. त्यात आपले प्रिय भाऊ राम, लक्ष्मण आणि वहिनी सीता यांच्या विरहानं तो आणखीनच व्यथित झाला. त्यांना शोधून परत अयोध्येत आणण्यासाठी भरत राजवाड्यातून निघून वनाच्या दिशेने निघाला.

शत्रुघ्नसुद्धा भरतासारखाच खूप चिडला होता. त्यानं मंथरेला राजवाड्यातून हाकलून दिलं. कैकेयीच्या मनात तिनंच तर रामाबद्दलचं विष कालवलं होतं. तिच्या मनात रामाबद्दल द्वेष निर्माण केला होता.

भरताचं हृदय विदीर्ण झालं होतं. वडिलांच्या मृत्यूला कारणीभूत ठरलेल्या कैकेयीला ती केवळ आई आहे, म्हणून माफ करण्याची त्याची तयारी नव्हती. वडिलांचं शेवटचं दर्शन घ्यावं म्हणून तो दशरथाच्या महालाकडे धावला.

महर्षी वामदेव आणि वसिष्ठ यांनी भरत-शत्रुघ्नचा राग शांत करून त्यांचं सांत्वन करायचा खूप प्रयत्न केला. ते म्हणाले, "भरता, तू खूप धैर्यवान आहेस. हे बघ, या पृथ्वीवर जन्माला येणाऱ्या प्रत्येकाचं मरण हे ठरलेलंच आहे. आज तुझ्या पित्यावर ही वेळ आली. आता तू महाराज दशरथांच्या पार्थिवावर अंतिम संस्कार करावेस. त्यांना सद्‌गती द्यावीस." अखेर गुरुजनांचं म्हणणं मान्य करून त्यानं पुढे येऊन वडिलांच्या अंतिम संस्कारांची तयारी केली. पवित्र शरयू नदीकाठी चंदनाच्या लाकडांची चिता रचली गेली. भरतानं राजा दशरथाचा पार्थिव देह चितेवर ठेवला आणि अग्नी दिला. मग त्यानं शरयू नदीत स्नान करून वडिलांच्या पवित्र्य आत्म्याला अर्घ्य दिलं. सर्व संस्कार उरकून भरत दु:खी अंत:करणानं राजवाड्यात परतला. पण रामाला परत घेऊन येण्याचा त्याचा निश्चय कायम होता.

भरताला अयोध्येला परतून काही दिवस झाले; पण अयोध्येचं राजसिंहासन अजूनही रिकामंच होतं. अयोध्येवर राजाचं कृपाछत्र नव्हतं. सगळी प्रजा अनाथ होती. सारे मंत्रिगण एकत्र आले. महाराणी कैकेयीच्या इच्छेनुसार आता भरताला राज्याभिषेक करायचा, असं मंत्रीमंडळाच्या बैठकीत ठरवलं गेलं. भरताच्या कानावर ही गोष्ट गेली, तेव्हा त्यानं नम्रपणे मंत्रीमंडळाला अभिवादन केलं. "मंत्रिगण, मी राज्यावर बसणार नाही. राम, सीता आणि लक्ष्मण यांना परत घेऊन येण्याची मी प्रतिज्ञा केली आहे. त्यांना घेऊन आल्यावर माझ्या वडिलांच्या इच्छेनुसार रामाचाच राज्याभिषेक व्हायला हवा." तो म्हणाला. भरताचं बंधुप्रेम आणि वडिलांबद्दलचा आदर पाहून सर्व जण हेलावून गेले. सगळ्यांनी आनंदानं भरताचं म्हणणं मान्य केलं. भरताची वनाकडे जाण्याची सिद्धता झाली. उमदे घोडे असलेला रथ तयार ठेवण्यात आला. काही मंत्री आणि प्रजाजनही भरताबरोबर राम, सीता आणि लक्ष्मण यांना परत आणायला निघाले. तीनही राण्या, सर्व मंत्रिगण,

ऋषिमुनीही निघाले. वनातल्या जंगली श्वापदांपासून तसंच डाकू-लुटारूंपासून सर्वांचं रक्षण करण्यासाठी सैन्यदळही सज्ज होऊन निघालं. घोडदळाच्या दौडत जाण्यानं धुळीचे जणू ढगच आकाशात पसरले आणि त्यांच्या टापांच्या आवाजानं मैलोगणती प्रदेश दणाणून गेला.

सर्वांचा जथा वनातून चालला असता राम, सीता आणि लक्ष्मण यांच्या कानावर त्यांचा आवाज आला. ''लक्ष्मणा, झाडावर चढून बघ तर कसला एवढा आवाज ऐकू येतोय ते!'' रामानं असं सांगितल्यावर लक्ष्मण झाडावर चढला. उंचावरून पाहिल्यावर त्याला रघुवंशाचा ध्वज असलेले रथ, सेना आणि माणसं दिसली. 'भरत आपल्यावर चाल करून तर येत नसेल ना?' लक्ष्मणाच्या मनात शंका आली. त्यानं लगेच रामाला सावध केलं. पण राम म्हणाला, ''बंधो लक्ष्मणा, शांत हो. भरत कधीच आपल्यावर चालून येणार नाही. निश्चिंत रहा.''

भरतानं निम्म्या सैनिकांना तिथेच थांबायला सांगितलं आणि निवडक सैनिकांना घेऊन तो रामाची कुटी शोधायला निघाला. लवकरच त्याला रामाची पर्णकुटी दिसली. तिथे राम, सीता आणि लक्ष्मण यांच्यासमवेत बसला होता. त्या तिघांना पाहून भरत धावतच गेला आणि रामाच्या पाया पडला. त्याच्या डोळ्यांतून आनंदाश्रू ओघळत होते. रामानं भरताला उठवून जवळ घेतलं. मोठ्या प्रेमानं त्याचं कुशल विचारलं. भरताला वडिलांच्या मृत्यूची दुःखद वार्ता रामाला सांगण्याचं धाडस होईना. तरीही धीर एकवटून तो म्हणाला, ''रामदादा, आपल्या पिताश्रींना तुझा वियोग सहन झाला नाही. तुझंच नाव घेत, तुझीच आठवण काढत त्यांनी देह ठेवला. शेवटच्या क्षणापर्यंत त्यांच्या तोंडी तुझंच नाव होतं. मी तुम्हा तिघांना अयोध्येला परत न्यायला

आलोय. पिताश्रींच्या शेवटच्या इच्छेनुसार तूच अयोध्येचं राज्य सांभाळायचं आहेस. तुम्ही तिघं आत्ताच आमच्याबरोबर यायचं आहे. आम्ही तुम्हाला परत घेऊन जायलाच आलो आहोत. राजा रामाशिवाय सारी प्रजा अनाथ आहे. ती तुमची–आपल्या राजाची –आतुरतेनं वाट पाहत आहे.'' भरताचं बोलणं ऐकून रामाला भरून आलं; पण वडिलांना दिलेल्या वचनानुसार तो वनवास सोडून परत जाऊ शकत नव्हता. राम भरताची समजूत काढू लागला. तो म्हणाला, ''प्रिय भरत, मी आपल्या वडिलांच्या इच्छेविरुद्ध जाऊ शकत नाही, हे तुलाही ठाऊक आहे. मी जर वडिलांना दिलेलं वचन न पाळता त्यांचा अवमान केला, तर पुत्र म्हणून मी माझा धर्म पाळू शकेन का? ते योग्य ठरेल का? पित्याला दिलेलं वचन न पाळणं हे पुत्रधर्माला शोभेल का? मला माझा धर्म पाळायला हवा ना? माझं ऐक. तू अयोध्येला परत जा आणि राज्य कर. शत्रुघ्न तुला मदत करेल. तो तुला धीर देईल. तुझ्या पाठीशी खंबीरपणे उभा राहिल. इथे माझ्याबरोबर लक्ष्मण आणि सीता आहेत. तू माझी चिंता करू नकोस. आम्ही चौदा वर्षांनी सुखरूप परत येऊ. सगळं काही ठीक होईल. निश्चिंत रहा.''

त्यावर भरत म्हणाला, ''नाही रामदादा! मी अयोध्येच्या सिंहासनावर बसणार नाही, असं मी मनाशी पक्कं ठरवलंय. तू माझ्याबरोबर येणार नसशील' तर तुझी आठवण म्हणून, तुझं प्रतीक म्हणून तुझी एखादी वस्तू मला दे. निदान तुझ्या पादुका तरी दे. त्या मी सिंहासनावर ठेवेन आणि वनवासातून तू परतेपर्यंत तुझं राज्य म्हणून चौदा वर्षं प्रजेचा सांभाळ व रक्षण करेन.'' रामानं आपल्या पादुका भरताच्या हाती देऊन मोठ्या प्रेमानं त्याला आशीर्वाद दिला. ''रामदादा, मी न्यायाने आणि सचोटीने तुझं राज्य सांभाळेन. केवळ तुझी ठेव म्हणून तू येईपर्यंत तुझ्या राज्याची, प्रजेची सर्वतोपरी काळजी घेऊन त्यांचं हित साधेन. मला आशीर्वाद द्या.'' असं म्हणून भरतानं राम, सीता आणि लक्ष्मण यांना वंदन केलं.

श्रीरामाचा वनवास

भरताशी भेट झाल्यानंतर राम, सीता आणि लक्ष्मण पुन्हा पुढे निघाले. घनदाट अरण्यातूनच वाट काढत ते पुढे चालले होते. आजवर तिघांचं आयुष्य भव्य राजवाड्यात आणि सर्व सुखसोयींमध्ये गेलं होतं. आत्ताच्या आयुष्यातल्या संकटांची, अडचणींची त्यांना कल्पनाही नव्हती. पण महान रघुकुलाचे ते वंशज होते. अत्यंत धैर्यानं, निश्चयानं ते पावलं टाकत होते. जंगलातलं मैलोन्मैलाचं अंतर चालत होते.

ते निसर्गसौंदर्याचा आनंद घेत होते, जंगलातल्या झाडांशी-फुलांशी-प्राणिपक्ष्यांशी मैत्री करत होते. "लक्ष्मण, या वनवासातल्या अनुभवांच्या बळावर आपण आयुष्यात कुठल्याही संकटावर मात करू शकू," असं राम म्हणायचा. त्याच जंगलातून जात असताना महान ऋषी अत्री आणि त्यांची पत्नी सती माता अनसूया यांच्या आश्रमात जाऊन त्यांचं दर्शन घ्यावं, असा त्यांनी विचार केला. आश्रमाच्या भोवतालच्या सुंदर फुलांनीच जणू तिघांचं स्वागत केलं. आश्रमात प्रवेश करताच महर्षी अत्री आणि माता अनसूया पुढे आले. अतिशय प्रेमानं त्यांना आश्रमात घेऊन आले. रामानं तिथे येण्याचं प्रयोजन सांगितलं. माता अनसूया सीतेला आत घेऊन गेली.

अतिथींच्या भोजनाच्या तयारीला लागली. महर्षींनी आलेल्या प्रसंगाबाबत राम-लक्ष्मणाशी चर्चा केली. महर्षी आणि अनसूया मातेनं तिघांना एक रात्र आश्रमात राहण्याचा आग्रह केला. तिघंही पायी प्रवासानं दमले होते. मऊ गवताच्या बिछान्यावर त्यांना लगेचच झोप लागली. सकाळ झाली. स्नान आणि प्रात:पूजा आटोपल्यावर तिघांनी महर्षींचे आशीर्वाद घेतले आणि ते पुढे जायला निघाले. महर्षींचा आश्रम मागे टाकून जंगलातल्या पुढच्या अनोळखी मार्गावरून चालू लागले.

जंगलातून जात असताना त्यांना भयंकर आवाजातल्या गर्जना ऐकायला आल्या. रामानं लक्ष्मणाला सावध करून सीतेचं रक्षण करायची सूचना दिली. ती गर्जना आणखीनच जवळ आली–त्या आवाजानं जंगलातली श्वापदं दूर पळाली–सगळे पक्षी चिडीचूप झाले. सगळं जंगलच जणू शांत अन् स्तब्ध झालं.

...आणि अचानक एक नरभक्षक राक्षस विराध, वृक्ष उन्मळून टाकत त्यांच्यासमोर येऊन ठाकला. साऱ्या जंगलात त्याची दहशत होती. तो चालायला लागला की समोर येईल ते पायदळी तुडवत जायचा. कोणाचाही त्याच्यासमोर टिकाव लागत नसे. दोन सुंदर राजकुमार आणि सुकुमार सीतेला पाहून त्याचे डोळे दुष्ट इच्छेने चमकले. 'वा! आता या तिघांना मारून भरपेट जेवता येईल. आज नशीब थोर दिसतंय–इतकं सुंदर अन्न पुढ्यात आलंय–'असा विचार करून तो मोठमोठ्यानं हसू लागला. या तिघांचा आपल्या राक्षसी शक्तिपुढे काय पाडाव लागणार, असं त्याला वाटलं. त्या अवाढव्य राक्षसानं खाली वाकून पाहिलं–'चला, या कोवळ्या मुलीचा पहिला घास घेऊन आजच्या रुचकर जेवणाला सुरुवात करू,' तो मनाशी म्हणाला. त्यानं आपल्या राक्षशी पंजात नाजूक सीतेला पकडलं आणि तो तिला खाणार... एवढ्यात राम आणि लक्ष्मणानं त्याच्यावर बाणांचा वर्षाव

करायला सुरुवात केली. पण त्या महाकाय अजस्त्र राक्षसानं सीतेला हाताच्या पंज्याखाली ठेवलं आणि राम-लक्ष्मणाकडे मोर्चा वळवला. 'आधी या दोघांना संपवून टाकू, मग या राजकन्येचं रक्षण करायला कोण आहे?' असं तो मनाशी म्हणाला.

त्यानं राम-लक्ष्मणावर मोठमोठे दगड भिरकवण्याचा प्रयत्न केला. राम-लक्ष्मणानं बाणांचा भाताच त्याच्यावर रिकामा केला; पण त्याच्यावर काहीच परिणाम झाला नाही. त्यानं खडक आणि वृक्ष उपटून ते राम-लक्ष्मणाच्या दिशेनं फेकायला सुरुवात केली. "लक्ष्मणा, या राक्षसावर आपल्या बाणांचा काहीच उपयोग होताना दिसत नाही. याला ठार मारण्यासाठी काहीतरी वेगळा मार्ग शोधावा लागणार..." राम म्हणाला. अचानक बाणांचा वर्षाव थंडावल्यामुळे राक्षस गोंधळून गेला. राम आणि लक्ष्मण तत्क्षणी त्या राक्षसाच्या अंगावर बसले आणि त्याला ठोसे देऊ लागले. त्या शक्तिशाली ठोशांनी राक्षसाची शक्ती हळूहळू कमी कमी होऊ लागली... त्याला हालचाल करता येईना. अशा तऱ्हेनं युक्तीनं राम-लक्ष्मणानं त्या दुष्ट राक्षसाचा वध केला.

राम-लक्ष्मण सीतेला घेऊन सुरक्षित ठिकाणी विश्रांती घ्यायला गेले. थोडा वेळ थांबून तिथून लगेचच निघायचं त्यांनी ठरवलं. तिथून थोडं अंतर गेल्यावर तिघं

अगस्त्य ऋषींच्या आश्रमापर्यंत येऊन पोहोचले.

अगस्त्य ऋषींनी प्रेमानं आणि आदरानं त्यांचं स्वागत केलं. तिघांनीही ऋषिवर्यांना वाकून नमस्कार करून त्यांचा आशीर्वाद घेतला. अगस्त्य ऋषींनी राम-लक्ष्मणाला उठवलं, जवळ घेतलं. ''रामा, तुम्हा तिघांचे पाय आमच्या आश्रमाला लागले, आम्ही धन्य झालो. आज आपण इथेच मुक्काम करून या परिसरावर कृपा करावी,'' ऋषींनी विनंती केली. रामानं त्यांची विनंती मान्य केली. एक दिवस सर्व जण तिथे राहिले. सध्याच्या त्यांच्या परिस्थितीपासून ते त्यांच्या वनवासातून काय सिद्ध होणार आहे, त्याचा कसा उपयोग होणार आहे इथपर्यंत अनेक गोष्टींवर त्यांच्यात चर्चा झाली. रामाला वनवासात भेटलेल्या अनेक दुष्टशक्ती आणि राक्षसांच्या भेटीचे आणि त्यांच्या झालेल्या वधाचे प्रसंग आठवले.

राम म्हणाला, ''ऋषिवर्य, या वनाला सगळ्या दुष्टशक्तींपासून आणि राक्षसांपासून मुक्त करून आनंददायी लोकावास करायला मला आवडेल. या कामी माझा शूर बंधू लक्ष्मण माझ्याबरोबर राहून माझं रक्षण करेल आणि माझी प्रिय पत्नी सीता मला पाठबळ देईल.''

त्यावर ऋषी म्हणाले, ''रामा, जर तुला हे कार्य करायचं असेल, तर तुला पंचवटीत रहावं लागेल. तिथे तुमची पर्णकुटी उभारा आणि लक्ष्मण, सीतेसह तिथे तू रहा. पंचवटी अतिशय शांत ठिकाण आहे. तुला जे काम करायचंय, ते तू तिथे राहून करू शकशील.'' अगस्त्य ऋषींनी रामाला काही दिव्य शस्त्रास्त्रं दिली आणि ती वापरण्यासाठी आवश्यक मंत्रही शिकवले. त्यांचा आशीर्वाद घेऊन राम, सीता, लक्ष्मणानं त्यांचा निरोप घेतला. अगस्त्य ऋषींनी रामाला त्याच्या कार्यात यश मिळण्यासाठी प्रार्थना केली. आता राम, सीता आणि लक्ष्मण पंचवटीकडे निघाले.

पंचवटीच्या मार्गात त्यांना अनेक साधु-संत भेटले. त्या सर्वांनी तिघांना

आशीर्वाद आणि शुभेच्छा दिल्या. लवकरच ते पंचवटीत पोहोचले. सुंदर हिरवाईनं नटलेल्या या परिसरात झुळझुळ वाहणारे स्वच्छ पाण्याचे झरे होते–तजेलदार हिरव्यागार उंच उंच वृक्षांवर अनेक पक्ष्यांची घरटी होती, प्राण्यांचाही निवास होता. सर्वत्र नाजूक सुंदर रंगीबेरंगी फुलांचे जणू गालिचे पसरले होते.

लक्ष्मण म्हणाला, ‘‘दादा, आपण इथेच पर्णकुटी उभारू. मी आत्ता लगेच कामाला लागतो.’’ आपल्यावर अपार प्रेम करणाऱ्या भावाचं हे बोलणं ऐकून रामाच्या डोळ्यात पाणी आलं. गहिवरून तो म्हणाला, ‘‘लक्ष्मणा, माझा आशीर्वाद सदैव तुझ्या पाठीशी आहे. तुला आणि मला कधीच कोणी वेगळं करू शकणार नाही.’’

लक्ष्मणानं अत्यंत प्रेमानं मातीच्या भिंती उभारल्या. त्यावर संरक्षक छप्पर घातलं. आतून बाहेरून घर छान सारवलं–आता महाराज जनकाच्या राजकन्येचं–सीतेचं घर–मातीचा महाल सज्ज झाला होता. रघुवंशातल्या राजकुमारांच्या छत्रछायेत पंचवटीत आनंद पसरला होता. तिथल्या शांत, उत्साहवर्धक वातावरणानं राम-सीता-लक्ष्मणालाही आपल्या सगळ्या कष्टांचा विसर पडत होता. आसपासच्या परिसरात राहणाऱ्या ऋषिमुनींनाही रामाच्या सहवासानं आनंदी आणि सुरक्षित वाटत होतं. सीतेच्या प्रेमळ छायेत हरणं, ससे मुक्तपणे इकडेतिकडे बागडत होते. इतक्या दिवसांच्या खडतर प्रवासानंतर आणि प्रसंगांनंतर इथे पंचवटीत जानकीला–सीतेला खरी शांती लाभली. प्रेमळ पती श्रीराम आणि आदरानं सेवा करणारा धाकटा दीर लक्ष्मण यांच्या सहवासात सीता प्रसन्न होती. तिनं राम आणि लक्ष्मणाच्या मदतीनं पर्णकुटीभोवती फळा-फुलांची झाडं लावून परिसर आणखीनच सुशोभित केला. आता तिघांच्या आयुष्यात खरा आनंद आला होता.

शूर्पणखा पंचवटीत येते

पंचवटीतलं शांत, निसर्गरम्य वातावरण, ज्ञानी व तपस्वी ऋषिमुनींचा सहवास, ताजा भाजीपाला, फळं असलेलं सीतामातेच्या हातचं रुचकर भोजन अशामुळे वनवासातलं आयुष्य सुकर आणि आनंदी होत होतं. अयोध्येतल्या सोनेरी दिवसांची आठवण मागे पडत गेली. एके दिवशीची गोष्ट. राम-सीता पवित्र गोदावरी नदीत स्नान करून बाहेर आले. तिथेच पर्णकुटीजवळ एका शिळेवर बसून ते निसर्गसौंदर्याचा आस्वाद घेत होते. लक्ष्मण तिथेच आसपास फिरत होता. एवढ्यात त्याला कसलातरी आवाज ऐकू आला. कुणाचीतरी चाहूल लागली.

दानवराज रावणाची बहीण शूर्पणखा तिथून चालली होती. तिनं ती पर्णकुटी पाहिली आणि ती थांबली. तिथल्या शांततेनं आणि सौंदर्यानं ती मोहित झाली. त्या पर्णकुटीच्या अंगणात एका झाडामागे येऊन उभी राहिली. एक देखणं दांपत्य त्या सुंदर पर्णकुटीबाहेर बसलेलं तिनं पाहिलं. एवढ्यात तिची नजर आणखी एका देखण्या युवकाकडे वळली. त्याच्या हातात लाकडाची मोळी होती. शूर्पणखा सगळं काही न्याहाळत होती. तिची नजर रामावर खिळली. त्याच्या सौंदर्यावर ती इतकी

भाळली होती की, तिची नजर त्याच्यावरून हटतच नव्हती. देखण्या रघुराजावर ती मोहित झाली होती. शूर्पणखा मात्र अत्यंत कुरूप राक्षशीण होती. पण स्वत:जवळच्या मायावी शक्तीनं ती कसलंही, कसंही रूप धारण करू शकत असे. इतक्या देखण्या पुरुषाला आकर्षित करण्यासाठी तितकंच मोहक स्त्री-रूप धारण करायला हवं, हे तिच्या लक्षात आलं. त्यामुळे तिनं गोऱ्यापान सुंदर स्त्रीचं आकर्षक शरीर धारण केलं. चाफेकळीसारखं नाक, टपोरे डोळे, नाजूक लांबसडक बोटं असलेले हात, कमनीय बांधा, लांबसडक मऊ रेशमासारखे मुलायम केस... तिच्या राकट शरीराचं एका सुंदर ग्रामकन्येत रूपांतर झालं होतं. उंची रेशमी वस्त्रं आणि हिऱ्या-मोत्याच्या आभूषणांनी ती अधिकच सुंदर दिसत होती.

तिनं लांबसडक मोकळ्या केसात नाजूक सुगंधी फुलं माळली आणि मंद हसत हळूहळू पावलं टाकत ती पुढे आली. ती अतिशय सुंदर आणि तेजस्वी दिसत होती. डौलानं चालत, लाजतमुरकत ती रामापुढे येऊन उभी राहिली आणि मंजूळ स्वरात म्हणाली, "हे मदनासारख्या देखण्या राजपुत्रा, तू मला आवडला आहेस. इतकंच नव्हे, तर मी तुला मनानं वरलं आहे. आता तूच माझा पती आहेस. तू माझ्याशी विवाह केला नाहीस, तर मी प्राणत्याग करेन." असं म्हणून तिनं रामाचे पाय धरले. राम म्हणाला, "हे सुंदरी, ऊठ. तू अत्यंत सुंदर आहेस. पण मी तुझ्याशी विवाह करू शकत नाही. मी विवाहित आहे. ही माझी प्रिय पत्नी सीता. आम्ही दोघे अतिशय आनंदात आहोत." शूर्पणखा दु:खी झाली. पण आपली निराशा लपवत त्या धूर्त राक्षशिणीनं आता आपला मोर्चा लक्ष्मणाकडे वळवला. तशीच लाजत मुरडत ती लक्ष्मणाजवळ गेली आणि निर्लज्जपणे त्याला विचारलं, "आणि तू राजकुमारा?

तू माझ्याशी लग्न का करत नाहीस? आपण एकमेकांना अनुरूप आहोत. तू तर देखणाही आहेस आणि बलिष्ठही! आपला जोडा अगदी शोभून दिसेल. आपली मुलंबाळं या पृथ्वीवरची सर्वांत सुंदर मुलं असतील.''

त्यावर लक्ष्मण म्हणाला, ''हे सुंदरी, मी माझ्या मोठ्या भावाचा–रामाचा सेवक आहे. आणि तू तर एखादी राजकन्या शोभते आहेस. माझ्यासारख्या सेवकाशी विवाह करून तुझा पती म्हणून मी कसा शोभेन?'' हे ऐकून शूर्पणखा संतापली. दोघा भावांनी मोठ्या चतुराईनं तिला नकार दिला होता. या गोष्टीचा तिला त्रास झाला. 'का? मी काय सुंदर नाही? मग या दोघांना माझ्याशी लग्न करण्यात अडचण कसली आहे?' तिच्या मनात आलं. तिला सीतेचा संशय आला. 'अच्छा! याच बाईमुळे हे दोघं माझ्याशी विवाह करत नाहीयेत का? या बाईला त्यांच्यापासून दूर केलं, तर माझा त्यांच्याशी विवाह होईल.' असा विचार करून सीतेकडे पाहून ती कर्कश्य आवाजात ओरडली, ''हं, तुझ्यामुळे या देखण्या राजपुत्रांनी मला दूर लोटलं. तुझाच काटा काढला ना, तर दोघांपैकी एकजण तरी माझ्याशी विवाह करेल.'' सीतेवर बरसत ती म्हणाली, ''थांब, आता लवकरच मी तुला हुसकून लावेन. माझं ज्यांच्यावर प्रेम जडलंय अशा युवकांच्या आणि माझ्या मिलनाच्या आड येतेस? मी तुला संपवून टाकेन.'' आणि अचानक ती सुंदर स्त्री जाऊन तिच्या जागी अत्यंत कुरूप राक्षशीण आली. ती सीतेवर धावून आली. ती असा अचानक हल्ला करेल याची सीतेला कल्पनाच नव्हती. दुष्ट शूर्पणखेच्या ताकदीपुढे तिचं काही चाललं नाही. ''या क्षणी चालती हो, यातच तुझं भलं आहे!'' रामानं लक्ष्मणाला तिच्यावर लक्ष ठेवायला सांगितलं. ''तू आता इथून त्वरित निघून जा आणि परत इथं यायचं धाडस करू नकोस.

मला आणि माझ्या भावाला तुझ्याशी विवाह करण्यात काडीमात्र रस नाही. तू इथून कायमचं निघून जाण्यातच तुझं भलं आहे, अन्यथा भयंकर परिणाम होतील.'' लक्ष्मणानं तिला दम दिला. त्यावर शूर्पणखा म्हणाली, ''राजकुमारा, मी कोण आहे,

हे तुला ठाऊक नाही. म्हणून तू असं उद्धटपणानं बोलण्याचं धाडस करतोयस. जेव्हा तुला सत्य कळेल, तेव्हा माझ्यापाशी रडत येऊन दयेची भीक मागशील, माझे पाय धरून माफी मागशील. स्वत:चा जीव वाचवण्यासाठी माझी प्रार्थना करशील आणि त्या वेळी मात्र मी तुला किंवा तुझ्या भावाला तर सोडणार नाहीच, पण या दुष्ट बाईलाही कायमची अद्दल घडवेन, लक्षात ठेव.'' आता शूर्पणखेनं मूळ रूप धारण केलं होतं. तिचे केस पूर्वीसारखे राठ झाले. रेशमी, झुळझुळीत वस्त्रांच्या जागी राक्षशिणीची जाडी-भरडी वस्त्रं आली. तिचा गौर वर्ण जाऊन ती काळीकभिन्न दिसायला लागली.

नखं फूटभर वाढलेली होती. एखाद्या हिंस्र प्राण्याच्या पंजासारखा तिच्या हाताचा तळवा दिसत होता. हिऱ्या-माणकाचे दागिने जाऊन काळ्या बटबटीत मण्यांच्या माळा आल्या होत्या. तिचं सुंदर मायावी रूप नाहीसं होऊन ती पुन्हा महाभयंकर राक्षशीण शूर्पणखा झाली होती. तिचा नाजूकपणा, डौल जाऊन ती पुन्हा आडदांड, राकट झाली. तिनं आपल्या साऱ्या शक्तिनिशी लक्ष्मणावर हल्ला चढवला. लक्ष्मणही तितकाच शूरवीर होता. त्याच्या गुरूंनी त्याला लढाईचे विविध डाव आणि डावपेच शिकवले होते.

त्यानं शूर्पणखेशी कौशल्यानं युद्ध केलं. शूर्पणखा काहीच करू शकली नाही. तिच्या प्रत्येक चालीला लक्ष्मणाची उत्तम प्रतिचाल आणि प्रत्येक वाराला योग्य प्रतिवार होता. अखेरीस लक्ष्मणानं तलवार उपसली आणि त्वेषानं वार करून तिचं नाक छाटून टाकलं. जखमेतून भळाभळा रक्त वाहू लागलं. शूर्पणखा मोठमोठ्यानं किंचाळत लक्ष्मणाला शिव्याशाप देऊ लागली. आपलं नाक छाटून घोर अपमान करणाऱ्या या दोन्ही भावांचा बदला घ्यायची तिनं प्रतिज्ञा केली. ''थांबा, आता सगळी राक्षससेना घेऊन येते आणि

तुम्हाला मारूनच टाकते. माझे भाऊ येऊन तुमचा जीव घेतील, तुम्हा तिघांचा मागमूसही उरणार नाही!'' असं म्हणून ओरडत रडत ती जंगलाच्या दिशेनं पळत सुटली. तिचे दोन भाऊ–खर आणि दूषण या राक्षसांचं त्या भूमीवर राज्य होतं. ते दोघं तिथल्या पर्वतातल्या गुहेत राहत होते. आपल्या बहिणीची अशी अवस्था पाहून ते चकित झाले. रक्तबंबाळ झालेली शूर्पणखा चित्कारली, ''अरे, तुमच्या बहिणीवर अन्याय होतोय. तिचं नाक कापलं आहे, तुमच्यासारखे शक्तिमान भाऊ असून काय उपयोग? बघा-बघा जरा त्या राम-लक्ष्मणानं माझी ही काय अवस्था केलीय. जा आणि त्यांना मारून टाका, त्यांचा सूड घ्या, तुमचं शौर्य सिद्ध करा! जा!''

खर आणि दूषणानं तिला शांत करून काय घडलं ते सगळं तिच्याकडून परत ऐकलं. आता तेही बहिणीच्या अपमानानं पेटून उठले. राम-लक्ष्मणाचा बदला घेण्यासाठी त्यांनी प्रतिज्ञा केली. चौदा हजार सैनिकांची राक्षस सेना घेऊन खर आणि दूषण राम-लक्ष्मणावर हल्ला करायला निघाले. त्यांची सेना येताना पाहून राम-लक्ष्मणानं त्यांच्यावर बाणांचा वर्षाव करायला सुरुवात केली. रामानं आपलं कौशल्य पणाला लावलं. शेकडो-हजारो सैनिक रामाच्या बाणांनी घायाळ झाले. इतकंच नव्हे, तर महाकाय हत्ती, घोडे आणि रथदळसुद्धा त्या बाणांच्या माऱ्यापुढे टिकाव धरू शकले नाहीत. रामानं आपल्या दैवी शक्तिचाही वापर केला. त्यानं प्रत्येक राक्षस सैनिकाला आपलंच रूप दिलं. सर्वत्र रामच राम! त्यामुळे तेच आपसात लढायला लागले आणि खर आणि दूषणासह सगळेच जण मरण पावले. आता एकही राक्षस सैनिक उरला नव्हता. त्या राक्षस बंधूंमुळे सगळ्यांचाच नाश झाला. हे युद्ध देवलोकातून स्वर्गस्थ देवदेवता बघत होते. राम-लक्ष्मण यांचा विजय झाल्यावर देवांनीही आनंदानं त्यांच्यावर स्वर्गातून पुष्पवृष्टी करून त्यांना शुभाशीर्वाद दिले.

सोनेरी हरीण

रामानं चौदा हजार राक्षस असलेल्या सेनेचा नायनाट केला. त्यात फक्त एकच बचावला. त्याचं नाव होतं–अकंपन. त्यानं आपला मोर्चा लंकेकडे वळवला. दशानन, भयंकर शक्तिमान रावण त्या दैत्यनगरी लंकेचा राजा होता.

आपले दोन भाऊ–खर आणि दूषण यांच्यासह चौदा हजार दैत्य सैनिक लढाईत मारले गेल्याची वार्ता त्याला अकंपनाकडून मिळाली. तो भयंकर संतापला. ''माझ्या भावांना ठार मारण्याचं दुःसाहस करणारा तो अधम कोण आहे?'' रावणानं गर्जना करत विचारलं. ''महाराज, अयोध्येच्या युवराज रामानं एकट्यानं आपले बंधू आणि अवाढव्य राक्षससेनेचा पराभव करून त्यांना ठार केलं!'' भीतभीत अकंपनानं उत्तर दिलं. ''रामाला पराभूत करण्याचा कुठलाच मार्ग नाही. फक्त एकच करता येईल–त्याच्या सुंदर पत्नीला–सीतेला काही करून त्रास दिला, इजा केली तरच हे शक्य आहे,'' असं सांगून तो म्हणाला, ''महाराज, आपल्याला दुःख देणाऱ्या त्या रामाच्या पत्नीला पळवून आणा. सीतेचं हरण करा. म्हणजे मग तो राम तुमच्यापुढे गुडघे टेकेल, तुम्हाला शरण येईल.''अकंपनानंच असं सुचवल्यावर रावणाची सीतेबद्दल लालसा उत्पन्न झाली. सीतेच्या सौंदर्याचं वर्णन ऐकून तिला प्राप्त

करण्याच्या दुष्ट इच्छेनं तो पछाडला. ताडकासुराचा मुलगा मायावी राक्षस मारीच याला त्यानं बोलावून घेतलं. मारिचानं मात्र आपले सगळे वाईट मार्ग सोडून देऊन आता अरण्यात राहून संन्यस्त जीवन स्वीकारलं होतं.

रावण मारिचाला म्हणाला, ''मारिच, अयोध्येचा युवराज राम यानं माझे दोन भाऊ–खर आणि दूषण यांच्यासह माझ्या राक्षस सेनेचा एकट्यानं संहार केला आहे. त्याला युद्धात जिंकणं शक्य नाही, असं मला सांगण्यात आलंय. त्याच्या सुंदर बायकोला–सीतेला पळवून आणून मला त्याला चांगला धडा शिकवायचाय. यासाठी मला तुझी मदत हवीये.'' मारिचानं रावणाला या मनसुब्यापासून परावृत्त करायचा, त्याचं मन वळवायचा प्रयत्न केला. ''रावणा, राम अतिशय बलवान आहे. सीतेला पळवून आणण्याचं षड्‌यंत्र रचणं म्हणजे राक्षस कुळाचा नाश ओढवून घेणं आहे. असा अविचार करू नकोस. तुझ्या राजवाड्यात परत जा. तुझ्या सुंदर राण्यांबरोबर आनंदात रहा. राम आणि सीतेबद्दलचा वाईट विचार सोडून दे.'' मारिचानं रावणाला समजावलं. रावणानंही त्याच्या सल्ल्याचा मान राखला आणि तो लंकेला परतला. रावण राजवाड्यात परतलाय हे कळताच दुष्ट शूर्पणखा धावत, ओरडत, किंचाळत आली. तिच्या कापलेल्या नाकातून अजूनही रक्ताची धार लागली होती. तिच्या चेहऱ्यावर संताप दिसत होता. कुत्सितपणे ती त्याला म्हणाली, ''भैया, तू तुझ्या राज्यात, संपत्तीत, बायकांबरोबर मजेत राहण्यात आपल्या सख्ख्या बहिणीला, तिच्या झालेल्या घोर अपमानाला विसरतो आहेस? तुला माझी अवस्था दिसत नाही? सीतेला मी फरपटत आणायसाठी तिला खेचणार–एवढ्यात त्या रामाच्या भावानं–लक्ष्मणानं माझी ही भयानक अवस्था केली–माझं नाकच कापलं!'' रावणाची द्विधा स्थिती झाली. काय करावं ते त्याला कळेना. ''मी तुझ्या अपमानाचा नक्की बदला घेईन.'' असं सांगून त्यानं शूर्पणखेला परत पाठवलं. राम, रूपवान सीता, स्वतःचे

मृत भाऊ आणि उद्‌ध्वस्त सैन्य याबद्दल तो पुन्हा विचार करायला लागला. मारिचानं दिलेल्या सल्ल्याचाही विचार त्याच्या मनात आला. जितका तो विचार करत होता, तितका त्याचा संताप, द्वेष वाढत होता. अखेर त्यानं भावांचा मृत्यू आणि बहिणीचा घोर अपमान यांचा बदला घ्यायचं ठरवलं. सीतेला पळवून आणायचा निश्चय केला. सीतेच्या सौंदर्याच्या वर्णनामुळे त्याचा निश्चय आणखीनच पक्का झाला. सीतेला पळवून आणून तो एकाच दगडात दोन पक्षी मारू इच्छित होता–सीतेला स्वत:ची राणी करणं आणि रामासह लक्ष्मणाचा बदला घेणं.

त्यानं आपली योजना अमलात आणण्यासाठी पुन्हा माररिचाची भेट घेतली. आता त्याला त्याचा सल्ला नको होता. त्याला गोड बोलून मारिचाला आपल्या योजनेत सामील करून घ्यायचं होतं. तो म्हणाला, ‘‘मारिचा, शूर्पणखेच्या अपमानाचा मला बदला घ्यायचाच आहे. तिच्यावर झालेल्या हल्ल्याकडे आणि अन्यायाकडे मी दुर्लक्ष करू शकत नाही. अयोध्येहून आलेल्या त्या दोन भावांना मला चांगली अद्दल घडवायची आहे. त्यासाठी पंचवटीहून सीतेला मी लंकेत घेऊन येणार आहे. यासाठी मला तुझ्या मायावी शक्तीनं तू मदत करावीस असं माझं म्हणणं आहे.’’ मारिचाला खरंतर रावणाला विरोध करायचा होता. पण रावणानं त्याला धमकीच दिली. ‘‘तू मला नकार दिलास, तर मी आत्ता या क्षणी तुझं मुंडकं उडवेन. मी तुला विनंती नाही, आज्ञा करतोय, समजलं?’’ मारीच घाबरला. भीतीनं थरथरत त्यानं विचारलं, ‘‘मी तुझ्यासाठी काय करू?’’ रावण छद्मीपणानं हसला आणि आपला दुष्ट बेत त्याला सांगू लागला, ‘‘मारिचा, तू तुझ्या मायावी शक्तीनं सोनेरी हरणाचं–सुवर्णमृगाचं रूप घे. राम-सीता जिथे राहताहेत, तिथं जा. आसपास बागडत रहा, सीतेचं लक्ष वेधून घे. म्हणजे सीता रामाकडे तुला पकडण्याचा हट्ट धरेल. तिचा हट्ट पुरवण्यासाठी राम तुझ्यामागे धावेल आणि इकडे मी सीतेला पळवून आणेन.’’

रावणाची आज्ञा पाळण्याशिवाय मारिचाला आता गत्यंतर नव्हतं. निरुपाय होऊन तो मायावी राक्षस रावणाला घेऊन उडतउडत दंडकारण्यात आला. ते पंचवटीत राम, सीता आणि लक्ष्मणाच्या पर्णकुटीजवळ येऊन पोहोचले. मारिचानं सुंदर सुवर्णमृगाचं–सोनेरी हरणाचं रूप घेतलं. मऊशार सोनेरी रंगाच्या अंगावर चमचम करणारे सोनेरी ठिपके असलेलं, नाजूक शिंगांचं, टपोऱ्या डोळ्यांचं डौलदार हरीण–दिवसा, सोनेरी उन्हात चांदीसारखं चमकणारं हरीण सीतेच्या कुटीच्या आसपास बागडू लागलं. जवळच्याच दाट झाडाझुडपात रावण लपून ते सर्व पाहत होता. ते मायावी सोनेरी हरीण हळूहळू सीतेच्या पर्णकुटीच्या अंगणात येऊन पोहोचलं. राम-सीता आणि लक्ष्मण तिथेच विश्राम करत होते. ते अद्भुत हरीण पाहून सीता चकित झाली. ती मंत्रमुग्ध होऊन बघतच राहिली. ते हरीण पाहून तिला खूप आनंद झाला. त्याचं सौंदर्य, चमकदार अंग आणि डौल पाहून तिला ते हरीण आपल्यापाशी हवं असं वाटलं.

ती रामाला म्हणाली, ''प्रभू, बघितलंत किती सुंदर हरीण आहे ते! त्याची कांती सोन्यासारखी चमकतेय. त्याच्या अंगावरचे चमचमते ठिपके म्हणजे जणू त्यावर जडवलेले हजारो हिरेच! मला ते हरीण हवं. नाथ, तुम्ही मला ते आणून द्या.'' सीतेची इच्छा पूर्ण करण्यासाठी राम लगेच निघाला. खांद्यावर धनुष्य आणि बाणांचा भाता अडकवून त्या हरणामागे निघताना तो म्हणाला,

''लक्ष्मणा, मी या मृगाला पकडून आणतो. तोवर तू सीतेची काळजी घे. काहीही झालं, तरी

तिला एकटीला सोडू नकोस. इथेच थांब.'' असं म्हणून तो हरणामागे धावला. हरीण तर मायावीच होतं. ते इकडेतिकडे बागडत रामाला हुलकावणी देत खूप लांबवर घेऊन गेलं. रामही नकळत त्याचा पाठलाग करतकरत पर्णकुटीपासून बराच दूर आला. हरणाचा वेध घेत त्याच्यामागून पळतापळता अखेरीस रामाच्या बाणाने त्या सोनेरी हरणाचा वेध घेतला. रामाचा बाण त्याच्या पोटात घुसला. प्राण सोडतासोडता हरणानं पुन्हा आपलं मूळ रूप धारण केलं आणि मायावी शक्तिने रामाच्या आवाजात तो मोठ्याने ओरडला, ''हे सीते! हे लक्ष्मणा!''

त्याचा तो आवाज सगळ्या परिसरात घुमला. रामाची वाट बघत काळजी करत बसलेल्या सीतेच्या आणि लक्ष्मणाच्या कानात तो बाणासारखा शिरला. सीतेच्या हृदयाची धडधडच थांबली, ''लक्ष्मणा, जा! रामाला वाचव, जा!'' ती लक्ष्मणाला म्हणाली. पण 'काहीही झालं तरी सीतेला एकटं सोडू नकोस,' असं रामानं बजावल्यामुळे लक्ष्मण पटकन तयार होईना. पण रामाच्या जिवाला काहीतरी धोका आहे, असं वाटल्यामुळे सीतेनं शेवटी लक्ष्मणाला जाण्याची आज्ञाच केली. नाइलाजानं लक्ष्मण तयार झाला.

पण जाण्यापूर्वी त्यानं आपल्या बाणानं पर्णकुटीभोवती एक सीमारेषा आखून दिली. ''सीतामाई, कृपया आपण ही लक्ष्मणरेषा ओलांडून बाहेर येऊ नये आणि ही रेषा ओलांडून बाहेरून कोणीही आत येऊ शकणार नाही. आपण सुरक्षित रहाल.'' लक्ष्मणानं सीतेला विनंती केली.

दुष्ट रावण पर्णकुटीच्या जवळच्या झुडपांआड लपून हे सर्व पाहत होता, ऐकत होता. लक्ष्मण सीतेला सोडून रामाच्या आवाजाच्या दिशेनं गेला, त्या क्षणी दुष्ट रावण पुढे आला. त्यानं वनवासी ऋषीचा वेष धारण केला होता. कुठलातरी जप, काहीतरी मंत्र पुटपुटत तो पर्णकुटीच्या अंगणात येऊन उभा राहिला. मंत्रांचा आवाज ऐकून

सीता पर्णकुटीच्या दारात आली. तिचं अनुपम सौंदर्य पाहून रावण चकितच झाला. 'अकंपनानं आणि शूर्पणखेनं वर्णन केल्यापेक्षा ही सीता कितीतरी पटींनी जास्त सुंदर आहे. माझ्या सर्व राण्यांपेक्षा ही रूपवान आहे. तिची तेजस्वी कांती किती मोहक आहे. अंगावर एकही सुवर्ण आभूषण नसूनही ही किती सुंदर दिसते आहे. फुलांच्या माळा घातलेली ही सीता एखाद्या वनराणीसारखी शोभून दिसते आहे. वा! हिला नुसतं पाहणंही सुखद आहे!' रावणाच्या मनात वाईट विचारांचं चक्र सुरू झालं.

साधूवेषातला ढोंगी रावण सीतेला म्हणाला, "भिक्षा वाढ माई..." त्याला भिक्षा देण्यासाठी सीता आत जाऊन पसाभर धान्य आणि फळं घेऊन आली. "हे घ्यावं साधू महाराज," सीता दारातूनच म्हणाली. रावणानं तिला बाहेर येऊन भिक्षा घालायला सांगितलं. पण सीता म्हणाली, "नाही महाराज. मला लक्ष्मणानं या रेषेबाहेर येऊ नकोस असं सांगितलंय." "म्हणजे? तुझा माझ्यासारख्या साधूवर विश्वास नाही? हा माझा घोर अपमान आहे–समस्त साधूंचा अपमान आहे–माझ्यासारख्या देवमाणसावर तू अविश्वास दाखवते आहेस माई! हे योग्य नाही." ढोंगीपणानं रावण म्हणाला. भोळ्या सीतेला त्याचा कावा ठाऊक नव्हता. दारी आलेल्या याचकावर विश्वास ठेवून भिक्षा घेऊन तिनं लक्ष्मणरेषा ओलांडली मात्र–अन् तो साधू खदाखदा हसू लागला–दुष्ट रावणानं आपलं खरं रूप प्रकट केलं. त्यानं सीतेच्या लांबसडक केसांनाच हात घातला. तिचे केस धरून तिला ओढत ओढत आपल्या मायावी उडत्या रथात ढकललं आणि त्यानं वेगानं आपला रथ दक्षिणेकडे लंकेच्या दिशेनं पळवायला सुरुवात केली. इकडे लक्ष्मणाला रामाच्या पाऊलखुणा दिसल्या. राम सुरक्षित आहे, त्याच्या जिवाला धोका

नाही, असं त्याच्या मनात आलं. पण लगेच 'लक्ष्मणा धाव' अशी रामाच्या आवाजातली हाकही आठवली. तो धावला. त्याला राम दिसला. ''दादा, तुला काही झालं तर नाही ना?'' त्यानं विचारलं. ''मी सुखरूप आहे. पण सीतेला तिकडे एकटीला सोडून तू इथवर कशाला आलास? का आलास? काही झालं, तरी तू सीतेला एकटीला सोडून यायचं नाहीस–तिची काळजी घ्यायचीस, असं मी तुला बजावून सांगितलं असतानाही तू तुझं कर्तव्य न पाळता इथं का आलास लक्ष्मणा?'' रामानं विचारलं.

लक्ष्मणानं सगळी हकिकत रामाला सांगितली आणि सीतामाईनं आग्रह धरल्यामुळेच आपण आल्याचं सांगितलं. रामाच्या लक्षात आलं, हा कोणा दुष्टाचा डाव असणार! ''लक्ष्मणा, अरे तुला माझा आवाज ऐकू आला, तो त्या मायावी सोनेरी मृगाचा होता. माझा बाण लागताच माझ्या आवाजात त्यानं तुम्हाला हाक मारली आणि मूळ राक्षस रूपात तो खाली कोसळला. हा कुणाचातरी दुष्ट डाव असू नये म्हणजे मिळवलं!'' राम सीतेच्या काळजीनं व्याकूळ झाला.

राम-लक्ष्मण दोघंही धावतच पर्णकुटीकडे आले. अखेर रामाची भीती खरी ठरली होती. पर्णकुटी रिकामी होती. सीतेचा कुठेच पत्ता नव्हता. दाराबाहेर फळं आणि धान्याचे दाणे सांडलेले दिसत होते. सीता आसपासही दिसत नव्हती. राम अतीव दु:खानं तिथेच मटकन खाली बसला. दोन्ही हातांनी डोकं धरून नशिबाला दोष देऊ लागला. तो म्हणाला, ''लक्ष्मणा, आपण सीतेचा शोध घ्यायलाच हवा. त्यासाठी दुष्ट अमानवी शक्तिशीही लढा द्यावा लागला, तरी चालेल. यासाठी मला तुझी मदत हवी.'' असं म्हणून राम-लक्ष्मण सीतेच्या शोधात रानोमाळ हिंडायला लागले.

श्रीराम-हनुमान भेट

सीता नाहीशी झाल्यानं राम-लक्ष्मण अतिशय दु:खी होते. सीतेच्या विरहानं राम स्वत:च्या दैवाला दोष देत होता. त्याचं मन सैरभैर झालं होतं. काय करावं? सीतेचा कुठे शोध घ्यावा? त्याला काही कळत नव्हतं. वनातल्या पशुपक्ष्यांना, इतकंच नव्हे तर झाडांना-फुलांनाही तो विचारत होता, ‘‘तुम्ही पाहिलंत सीतेला? ती कुठे गेली? तिच्यावर एखादं संकट आलं का? तुम्ही काही बघितलंत का? माझी सीता कुठंय? तुम्हाला काही माहितेय का?’’ पण सगळ्यांनी नकारार्थी माना हलवल्या. लक्ष्मणानं रामाची समजूत घालण्याचा खूप प्रयत्न केला. ‘‘लक्ष्मणा, सीतेच्या शोधासाठी सारं जग, सगळी पृथ्वी पालथी घालावी लागली तरी चालेल. पण तिला शोधून काढू या,’’ राम म्हणाला.

दोघं निघाले. बरंच अंतर चालून गेल्यावर त्यांना जटायू हा महाकाय पक्षी दिसला. जखमी अवस्थेत तो जमिनीवर तडफडत होता. रामानं त्याला उचलून जवळ घेतलं. कसंबसं तोंड उघडून तो म्हणाला, ‘‘प्रभू, लंकेचा दैत्यराज रावण यानं सीतामातेला पळवून नेलं आहे. त्याला विरोध करून सीतामातेला वाचवण्याचा मी खूप प्रयत्न केला.

तो आकाशमार्गे रथातून मातेला जबरदस्तीनं नेत असताना मीही उडत त्याच्या मार्गात अडथळा आणत होतो, पण त्या दुष्टानं माझे पंखच छाटून टाकले. त्यामुळे मी जमिनीवर कोसळलो आणि त्याचा मार्ग मोकळा झाला. तुम्हाला हे सांगण्यासाठीच मी तग धरून होतो. आता माझं कार्य झालं,'' असं सांगून जटायूनं शेवटचा श्वास घेतला.

राम-लक्ष्मणानं स्वत: जटायूवर अंत्यसंस्कार केले आणि ते पुढं निघाले. रावणानं सीतेला इजा करू नये, अशी आशा करत सीतेच्या काही खुणा दिसतोहेत का हे बघत दोघं पुढे जात होते. रावण सीतेला घेऊन दक्षिण दिशेला गेला, हे त्यांच्या लक्षात आलं. त्यामुळे ते त्या दिशेने निघाले आणि एक महाभयंकर आरोळी त्यांच्या कानावर आली. एकच डोळा असलेला महाकाय राक्षस त्यांच्यासमोर अचानक आला. त्याचं नाव होतं कबंध. तो इतका उंच आणि धिप्पाड होता की, जणू आकाशाला जाऊन भिडला होता. त्याचा एकच डोळा रक्तासारखा लालभडक होता. एकच डोळा असल्यानं तो सतत मान फिरवत इकडेतिकडे बघत असे. त्यानं एक मोठा डोंगर उचलला आणि राम-लक्ष्मणाच्या दिशेनं भिरकावला.

दोघांनी स्वत:ला त्यापासून वाचवलं. मग त्या एकाक्ष राक्षसानं राम-लक्ष्मणालाच उचललं. त्या वेळी त्या दोघांनी शिताफीनं आपल्या तलवारी उपसल्या आणि त्या राक्षसाचे दोन्ही हात छाटून टाकले. मान उडवली. मग त्यांनी त्याचं शरीर जाळून टाकलं. त्या राखेतून एक सुंदर गंधर्व अवतीर्ण झाला. ''प्रभू, तुम्ही मला शापातून मुक्त केलंत. मी तुमचे आभार कसे मानू? एक सांगतो–तुम्हाला सीता

मातेचा शोध घ्यायचा आहे, तर वानरराज सुग्रीवाला भेटा, त्याच्याशी मैत्री करा!'' असं त्यानं सांगितलं. कबंधाच्या सल्ल्यानुसार राम-लक्ष्मण सुग्रीवाला भेटण्यासाठी पंपा नदीकिनारी जायला निघाले. मुनिवर मातंग यांची शिष्या शबरी त्या किनारी राहत होती. आता ती वृद्ध झाली होती. ''शबरी, तुला इथेच श्रीरामाचा आशीर्वाद मिळणार आहे. श्रीराम हे साक्षात श्रीविष्णूंचा अवतार आहेत,'' असं तिच्या गुरूंनी तिला सांगितलं होतं. पंपाकिनारी तिनं राम-लक्ष्मणाला पाहिलं आणि तत्क्षणी 'हेच ते श्रीराम, ज्यांची आपण इतके दिवस वाट पाहत होतो,' हे जाणलं आणि ती घाईघाईने त्यांच्या दिशेने निघाली. तिनं त्यांचं आदरानं, प्रेमानं स्वागत केलं. त्यांच्या दर्शनानं तिला धन्य वाटत होतं.

वनातली सर्वोत्तम ताजी फळं तिनं त्यांच्यासाठी आणून ठेवली होती. एवढंच नव्हे, तर त्यांना रसाळ आणि गोड, चवदार फळंच देता यावीत म्हणून तिनं प्रत्येक फळ थोडं चाखूनही पाहिलं होतं. राम तिच्या या निरागस, निष्पाप भक्तिभावानं भारावून गेला. ''शबरी, तुझ्या अनुपम भक्तिनं मी प्रसन्न झालो आहे. परमेश्वराची तुझ्यावर अखंड कृपा राहील,'' असं म्हणून रामानं तिला आशीर्वाद दिला. आणि त्या क्षणी दिव्य योगाग्नी प्रज्वलित झाला आणि ती श्रेष्ठ वृद्ध साधक परमतत्त्वात विलीन झाली. त्यानंतर राम-लक्ष्मण परत सुग्रीवाच्या शोधार्थ पुढे निघाले. सीतेच्या आठवणींनी रामाचं मन विषण्ण झालं होतं. 'आपल्याबरोबर राहण्यासाठी राजकन्या असलेल्या जानकीनं–सीतेनं वनवासात किती हालअपेष्टा सोसल्या!' त्याच्या मनात आलं. तो म्हणाला, ''लक्ष्मणा, ही बहुधा सीतेवरच्या माझ्या प्रेमाची परीक्षा आहे. पण हे वियोगाचं दुःख बाजूला सारून आपल्याला तिचा शोध घ्यायलाच हवा.''

लक्ष्मणच आता त्याचा आधार होता. इकडे वानरराज सुग्रीवाला दोन रघुवंशीय राजकुमार आपल्याला शोधत येताहेत अशी वार्ता मिळाली. त्याला भीती वाटली. त्याला मारण्यासाठी बंधू वालीने या दोघांना पाठवलंय की काय? असं त्याला वाटलं. म्हणून सुग्रीवानं वायुपुत्र हनुमानाला बोलावून घेऊन सांगितलं, ''हनुमाना, त्या दोन राजकुमारांकडे जा आणि ते इथं का आलेत, ते नेमके कोण आहेत, इथे येण्यात त्यांचा काय उद्देश आहे, हे जाणून घे.'' हनुमान या कामगिरीवर निघाला. तो राम-लक्ष्मणासमोर जाऊन उभा राहिला. ''हे दयाळू राजकुमारांनो, आपण कोण आहात? इथे कशासाठी आला आहात?'' राम म्हणाला, ''आम्ही अयोध्येच्या रघुवंशातील श्रेष्ठ राजा दशरथ यांचे पुत्र आहोत. आमच्या वडिलांच्या इच्छेवरूनच आम्ही इथे वनात आलो आहोत. आम्ही माझी पत्नी मिथिलापती राजा जनकाची कन्या सीता हिच्या शोधात आहोत. सीतेला दैत्यराज रावणानं पळवून नेलं आहे.''

हे दोन राजकुमार दुसरे-तिसरे कोणी नसून साक्षात राम-लक्ष्मण आहेत, हे कळल्यावर हनुमान त्यांच्या पाया पडला. त्याने त्यांचा आशीर्वाद घेतला. 'श्रीराम हेच आपले आराध्य! यांचीच आपण आजवर भक्ती करत आलो. आज प्रत्यक्ष देवाचंच दर्शन झालं. याहून मोठं भाग्य कोणतं? आज आपली भक्ती फळाला आली,' असं त्याच्या मनात आलं. रामानं त्याला उठवलं. त्याला आशीर्वाद दिला. ''हे वायुपुत्रा, तू आम्हाला मदत करशील का?'' रामानं विचारलं.

हनुमान म्हणाला, ''प्रभू, मी तुम्हा दोघांना वानरराज सुग्रीवांकडे घेऊन जातो. त्यांच्याकडे भलीमोठी वानरसेना आहे. ते नक्कीच तुम्हाला मदत करतील. त्यांच्या भावाने–वालीने त्यांना राज्यावरून हुसकावून लावलं आहे, त्यामुळे आत्ता ते वनातच राहताहेत. माझी खात्री आहे की, तुम्हीही त्यांना त्यांचं राज्य परत मिळवण्यासाठी मदत कराल.'' रामाला आनंद झाला. तो

म्हणाला, ''हनुमाना, आम्ही सुग्रीवाच्या शोधात होतो आणि त्यांनीच तुला आमच्यासाठी पाठवलं! असं काम एखादा दिव्य पुरुषच करू शकतो. चल, आम्हाला सुग्रीवांकडे घेऊन चल, आपण एकमेकांना कशी मदत करू शकू त्याचा विचार करू.'' ''ठीक आहे,'' असं म्हणून हनुमानानं दिव्य शक्तिनं स्वत:चं शरीर खूप मोठं केलं आणि तो राम-लक्ष्मणाला म्हणाला, ''प्रभू, आपण माझ्या खांद्यावर बसावं. या अरण्यातला मार्ग फारच बिकट आहे. मी तुम्हाला आकाशमार्गे सुग्रीवांकडे घेऊन जातो. तेवढीच मलाही तुमची सेवा करता येईल!''

राम-लक्ष्मण महाकाय हनुमानाच्या खांद्यावर चढून बसले आणि हनुमानानं उड्डाण केलं. त्याची अफाट शक्ती पाहून रामसुद्धा चकित झाला. हनुमान उंच उंच

वृक्ष, पर्वतांवरून जात होता. त्यामुळे राम आणि लक्ष्मणाला वरून तो मैलोन्मैल पसरलेला सगळा प्रदेश बघता आला. सुग्रीवानं आकाशमार्गे येणाऱ्या हनुमानाला पाहिलं. त्याच्या खांद्यावर बसलेली दोन माणसं त्याला दिसली. ही माणसं आपले मित्र असणार हे त्याच्या लक्षात आलं. त्यानं त्यांच्या स्वागताची तयारी केली.

हनुमान खाली आला. त्यानं राम-लक्ष्मणांना अलगद जमिनीवर उतरवलं. त्या वेळी त्या ऋष्यमुख पर्वतावर जमलेल्या वानरसेनेनं चीत्कार करून त्यांचं स्वागत केलं. हनुमान सुग्रीवापाशी गेला आणि त्यानं त्याला रघुवंशीय युवराज राम लक्ष्मण आल्याचं सांगितलं.

तो म्हणाला, ''वानरराज सुग्रीव, राम लक्ष्मण श्रीरामांच्या प्रिय पत्नीच्या शोधात इथं आले आहेत. दैत्यराज दुष्ट रावणानं सीतामातेला पळवून नेलं आहे. तिला परत आणण्यासाठी त्यांना तुमच्या मदतीची गरज आहे. तुम्ही त्यांना मदत करा–तेही वालीकडून तुमचं राज्य तुम्हाला परत मिळवून देण्यासाठी साहाय्य करतील!'' हनुमानाचं हे बोलणं ऐकल्यावर सुग्रीव राम-लक्ष्मणाच्या स्वागतासाठी लगबगीनं निघाला. रामाला आलिंगन देऊन तो म्हणाला, ''श्रीरामा, तुम्हाला तुमच्या संकटकाळी मी मदत करू शकतोय हे माझं महद्भाग्य आहे. शूरवीर आणि दक्ष असलेली माझी वानरसेना आपल्या सेवेसाठी हजर आहे. ती तुम्हाला सीतामातेच्या शोधासाठी आणि परत घेऊन येण्याच्या कामी मदत करेल. हे त्यांचं कर्तव्य आहे!''

सुग्रीवाचं बोलणं ऐकून रामाला आनंद झाला. त्याची चिंता दूर झाली. त्यानंही सुग्रीवाला प्रेमानं मिठी मारली आणि तो म्हणाला, ''सुग्रीवा, मी आपल्या मदतीनं

भारावून गेलो आहे. मी आपला अत्यंत आभारी आहे. मी तुमच्याच शोधात इथवर आलो. आपली भेट झाली. आता सीतेला मी घेऊन येणार याची मला खात्री आहे. लवकरच आम्ही नक्की परत येऊ.'' सुग्रीव राम-लक्ष्मणाला वनात एका चांगल्या ठिकाणी घेऊन गेला. त्यांची विचारपूस केली. त्यांच्या भोजनाची व्यवस्था केली. त्यानं आपल्या सेनेला विचारलं, ''तुम्हाला कोणाला सीतामातेबद्दल काही ठाऊक आहे? तुमच्यापैकी कोणी त्या राक्षसाने बळजबरीने तिला नेताना पाहिले आहे?'' काही वानरांनी एका सुंदर स्त्रीला आकाशमार्गे घेऊन जाणाऱ्या रथात एका राक्षसाला पाहिले होते. ती स्त्री विलाप करत होती आणि अंगावरील एक एक आभूषण खाली फेकत होती. या वानरांनी ती आभूषणं गोळा करून ठेवली होती. राम म्हणाला, ''मला ती आभूषणं दाखवा'' वानरांनी ती आभूषणं समोर ठेवताच तो म्हणाला, ''ही सीतेचीच आभूषणं. त्या दुष्टानं तिला पळवून नेलं,'' आणि तो रडू लागला. सुग्रीवानं रामाला शांत केलं आणि तो म्हणाला, ''प्रभू, आपण दु:ख करू नये. आपण नक्कीच मातेचा शोध घेऊ.'' ''होय सुग्रीवा. माझ्या सीतेला मी रावणाच्या बंदिवासात ठेवू शकत नाही. मी तशी कल्पनाही करू शकत नाही. मी माझ्या सीतेला परत आणणार. त्या दुष्ट रावणाच्या तावडीतून मी तिची सुटका करणार!'' राम स्वत:ला सावरत ठामपणे म्हणाला. सुग्रीवाशी त्यानं मैत्रीसाठी हातमिळवणी केली आणि काय वाट्टेल ते झालं, तरी सीतेला सुखरूप परत आणायचा त्यांनी निश्चय केला! सर्व वानरसेना श्रीराम-लक्ष्मणाला साहाय्य करण्यासाठी सिद्ध झाली!

रामाकडून वालीचा वध

सुग्रीव आणि श्रीराम यांच्यात एकमेकांबद्दल स्नेह आणि मैत्रभाव निर्माण झाला. त्याच विश्वासानं सुग्रीवानं आपली कहाणी रामाला सांगितली. प्रत्यक्ष आपल्या भावानंच–वालीनं आपल्याला राज्यावरून कसं हाकलून लावलं, ते सांगितलं. एका ऋषींच्या शापामुळे वालीनं राज्य बळकावल्यानं सुग्रीवाला ऋष्यमूक पर्वतावर राहावं लागलं होतं. शिवाय वाली सुग्रीवापेक्षा जास्त शक्तिमान आणि कावेबाज होता. त्यानं सुग्रीवाच्या बायकोला स्वत:ची बायको बनवून आपल्याजवळ ठेवून घेतलं होतं. ''प्रभू, मी त्याला समोरासमोर युद्ध करून हरवू शकणार नाही. त्यामुळे मी माझं राज्य परत मिळवू शकत नाही. म्हणूनच तुम्ही मला साहाय्य करावं,'' सुग्रीवानं विनंती केली. रामानं त्याला मदतीचं आश्वासन दिलं.

राम म्हणाला, ''सुग्रीवा, वालीला समोरासमोर युद्धाचं आव्हान द्या. या युद्धात जो जिंकेल, त्याला वानरांचं किष्किंधेचं राज्य मिळेल, असं त्याला सांगा.'' राम, लक्ष्मण, सुग्रीव आणि हनुमान किष्किंधेच्या दिशेनं निघाले. सुग्रीवानं वालीला शक्ती आणि युद्धकलेच्या सामन्याचं आव्हान दिलं. दोघं आमनेसामने उभे ठाकले.

राम झुडपांआड उभा राहिला. वाली आणि सुग्रीव यांच्यामध्ये घनघोर लढाई सुरू झाली. त्यांच्या वार-प्रतिवारांचे खणखणाट ऐकून सगळे पशुपक्षी एकदम शांत झाले.

रामाला वालीला ठार करायचं होतं. पण तो पार गोंधळून गेला होता. कारण, वाली आणि सुग्रीव यांच्यात खूप साम्य होतं. दोघंही सारखेच दिसत होते. लढाईची त्यांची पद्धतही सारखी असल्यानं रामाला त्यांना वेगवेगळं ओळखणं कठीण झालं होतं. त्याच्या मनाचा गोंधळ वाढायला लागल्यावर तो जागीच थांबला आणि योग्य संधीची वाट पाहायला लागला. दरम्यान सुग्रीव दमला. वालीनं केलेल्या वारांमुळे तो जखमी झाला होता. आता त्याला युद्धभूमीतून उडतउडत त्याच्या ऋष्यमुख पर्वतावर येणं भाग होतं. राम सुग्रीवाला म्हणाला, ''सुग्रीव, वाली असताना तुम्हाला ओळखण्यासाठी मला काहीतरी वेगळी खूण हवी आहे. तुमच्या दिसण्यात तर साम्य आहेच, पण लढाईची पद्धतही सारखी आहे. त्यामुळे नकळत, चुकून वाली समजून तुम्हाला इजा होऊ नये, म्हणून मी बाणही मारू शकलो नाही.

आता तुम्ही खुणेसाठी हा पुष्पहार घाला आणि वालीशी युद्ध करा. या वेळी मी नक्कीच त्याचा वध करू शकेन.'' रामाने सांगितल्यानुसार सुग्रीवाने तो हार घातला आणि पुन्हा किष्किंधेला राजवाड्यासमोर जाऊन वालीला युद्धासाठी आव्हान दिलं. वाली संतापानं राजवाड्याबाहेर आला. या वेळीही घनघोर युद्ध झालं. पृथ्वी हादरून गेली. वाली सुग्रीवापेक्षा बलवान होता, पण सुग्रीवाच्या बाजूनं प्रत्यक्ष श्रीराम होता. सुग्रीव थोडा दमला आहे, असं झाडामागे लपलेल्या रामानं पाहिलं आणि त्यानं धनुष्यावर बाण चढवून वालीच्या दिशेनं सोडला.

बाण वालीच्या छातीतच घुसला. मोठ्याने किंकाळी फोडत तो धाडकन जमिनीवर कोसळला; परंतु मरण्याआधी त्यानं आपल्या बायको-मुलांना सुग्रीवाच्या स्वाधीन करून त्यांची काळजी घ्यायला सांगितलं. सुग्रीवानंही त्याला तसं वचन दिलं. शेवटचा श्वास घेण्याआधी वालीनं आपल्या पापकर्मांबद्दल सुग्रीवाची माफीही मागितली.

वालीच्या मृत्यूनंतर सुग्रीव राजा झाला आणि वालीचा मुलगा अंगद युवराज झाला. राज्याभिषेकाचा हा सोहळा काही दिवस चालला होता. आपल्याला राज्य आणि आपला राजवाडा परत मिळाल्यामुळे सुग्रीव खूप आनंदात होता. त्याला रामाला दिलेल्या वचनाची आठवण झाली. ऋष्यमुख पर्वतावर एका गुहेत राम-लक्ष्मण सुग्रीवाच्या मदतीची वाट पाहत होते.

आता सगळी सूत्रं आपल्या हातात घ्यायचं हनुमानानं ठरवलं आणि तो रामाला दिलेल्या वचनाची आठवण करून देण्यासाठी सुग्रीवाला भेटला. सुग्रीवाला आपली चूक उमगली. त्यानं साऱ्या वानरसेनेला ऋष्यमुख पर्वताकडे कूच करायची आज्ञा दिली. राम-लक्ष्मणाकडे जाऊन तो म्हणाला, ''प्रभू, आता माझी सारी सेना तुमच्या आज्ञेत राहील. आपण या सैनिकांना आधी सीतामाई कुठे आहेत ते पाहून यायला सांगायचं का?'' रामानं होकार देताच सुग्रीवानं सीतेच्या शोधासाठी सैनिकांना प्रत्येक दिशेला पाठवलं. रामानं हनुमानाला सीतेची अंगठी दिली आणि सांगितलं, ''हनुमाना, तू ही अंगठी ठेव. सीता दिसली की, तिला ही दाखव. म्हणजे तू माझा दूत आहेस याची तिला खूण पटेल.'' रामानं सगळ्यांना शुभेच्छा दिल्या आणि सर्व दिशांना पाठवलं. त्यांच्याकडून सीतेबद्दल नक्कीच काहीतरी चांगली बातमी

कळणार, असं त्याला मनापासून वाटत होतं.

रामानं आज्ञा देताच सैन्याचे चार गट पाडून चारही दिशांना सैनिक धाडले गेले. त्यांच्याबरोबर अस्वलांचा सेनापती जांबुवंत याचेही सैनिक मदतीला होते. हनुमान, अंगद आणि जांबुवंत सैन्याच्या ज्या तुकडीत होते, त्या तुकडीनं सीतेच्या शोधात दक्षिणेला जायचं ठरवलं. बाकीच्या तीन तुकड्या पूर्व-पश्चिम आणि उत्तर दिशेला गेल्या. महिना उलटला. राम चिंतेत होता. उत्तर, पूर्व आणि पश्चिमेला गेलेल्या तुकड्या किष्किंधेला परतल्या. त्यांना सीतेच्या कुठल्याच खुणा सापडल्या नाहीत. सीतेचा काहीच तपास लागला नाही म्हटल्यावर राम आणखीनच खचून गेला. लक्ष्मणानं दुःखी रामाचं सांत्वन केलं. तो म्हणाला, 'दादा, या तीन दिशेतल्या तुकड्या जरी यशस्वी झाल्या नसल्या, तरी हनुमान आणि मंडळी दक्षिणेकडून अद्याप परतलेली नाहीत. सीतेनं तिच्या दिव्य दृष्टीनं या तुकडीला दक्षिण भारतात जाण्याचा गुप्त संकेत दिला.

वानर आणि जांबुवंताची अस्वल सेना दक्षिण समुद्राच्या किनारी पोहोचली. त्या वेळी किनाऱ्यापर्यंत प्रचंड मोठ्या लाटा येऊन आदळत असलेल्या त्यांनी पाहिल्या. आता आपण नेमकं काय आणि कसं करावं हे त्यांना समजेना. एवढी वानरसेना आणि अस्वलं पाहून समुद्रावर घिरट्या घालणाऱ्या महाकाय गिधाडराज संपातीला 'आज आपल्याला मेजवानी मिळणार' असं वाटलं. तो बरेच दिवस उपाशी होता. त्यामुळे त्यानं आपला मोर्चा या सेनेच्या दिशेनं वळवला. तो त्यांच्यापाशी जाऊन पोहोचला, एवढ्यात त्याच्या कानी त्याचा भाऊ 'जटायू' याच्याबद्दलची चर्चा ऐकू आली. जटायूनं सीतेला वाचवण्यासाठी प्रयत्न केले असता दुष्ट रावणानं त्याला ठार केलं, असं कळल्यावर संपातीला फार दुःख झालं. त्याला भुकेचाही विसर

पडला. आपल्या भावाच्या मृत्यूचं त्याला दु:ख झालं. पण सीतामाईला दुष्ट रावणाच्या तावडीतून सोडवण्यासाठी प्रयत्न करत असताना त्याला वीरमरण आलं, याचा त्याला अभिमानही वाटला.

आपणही यांना मदत करावी, असा विचार करून तो म्हणाला, ‘‘माझ्या तीक्ष्ण दृष्टीनं मी समुद्रापारही पाहू शकतो. मला आत्ता सीतामाई रावणाच्या लंकेत राक्षशिणींच्या पहाऱ्यात बंदिवान असलेली दिसतेय.’’ सीतामातेचा ठावठिकाणा लागला, म्हणून वानरसेनेला हायसं वाटलं. त्यांची एक चिंता दूर झाली होती. ‘आता समुद्र पार केला की, आपण मातेपर्यंत जाऊन पोहोचू!’ त्यांच्या मनात आलं. पण एवढा मोठा समुद्र ओलांडायचा कसा?

सगळे जण विचार करायला लागले. जांबुवंताला एक कल्पना सुचली. तो म्हणाला, ‘‘आपल्यापैकी जो सर्वांत लांब उडी मारेल, तो लंकेत जाऊन पोहोचू शकेल.’’ तरुण वानर सैनिक गज दहा योजनं, गवाक्ष वीस योजनं, आणखी एक जण तीस योजनं लांब उडी मारू शकत होता. स्वत: जांबुवंत नव्वद योजनं अंतरावर लांब उडी मारू शकत होता. पण लंका तर तिथून तब्बल शंभर योजनं दूर होती. युवराज अंगद शंभर योजनं लांब उडी मारू शकत होता, पण तो म्हणाला, ‘‘मी जाऊ शकेन, पण परत तेवढी उडी मारून येऊ शकणार नाही. कारण, पहिल्या उडीतच माझी सगळी शक्ती संपून जाईल.’’

पवनपुत्र हनुमान ही सगळी चर्चा शांतपणे ऐकत होता. जांबुवंत त्याच्याकडे पाहत होता. तो म्हणाला, ‘‘हनुमाना, तूच एकटा हे करू शकतोस. आठवतंय? लहानपणी सूर्याला पकडायला तू थेट आकाशात झेप घेतली होतीस. सूर्य म्हणजे छान लाल पिकलेलं फळ आहे, असं वाटून

ते घ्यायला तू आकाशात उड्डाण केलं होतंस– विसरलास? ब्रह्मदेवांचे आणि इंद्रदेवांचे तुला आशीर्वाद आहेत. तू अमर आणि अविनाशी आहेस. तूच हा समुद्र पार करू शकतोस. तेवढं धाडस आणि साहस फक्त तुझ्यातच आहे. तूच लंकेपर्यंत जाऊ शकतोस.''

हनुमानावर त्याच्या बोलण्याचा प्रभाव पडला. तो पुढे म्हणाला, ''हनुमाना, श्रीरामांचा उद्देश आणि कार्य लक्षात घे. त्यांच्या दुःखाचा विचार कर. त्यांची प्रिय पत्नी सीता त्यांच्यापासून दूर गेली आहे. तूच त्यांच्या जीवनात पुन्हा आनंद आणू शकतोस. सारं काही तुझ्याच हातात आहे. ऊठ, वायुपुत्र हनुमंता, ऊठ आणि झेप घे, समुद्र पार कर, लंकेत जाऊन सीतामातेला दुष्ट रावणाच्या तावडीतून सोडवून आण. श्रीरामांना त्यांचा आनंद परत दे.''

हनुमान उठला. त्यानं दीर्घ श्वास घेतला आणि हळूहळू त्याचं शरीर मोठंमोठं होऊ लागलं. सगळ्या वानर आणि जंबूक सेनेनं त्याला प्रोत्साहन दिलं. त्याच्या शरीराभोवती आता दिव्य प्रकाशाचं वलय निर्माण झालं. तो श्रीरामप्रभूंचा खरा सेवक होता आणि त्यांची सेवा करण्याची वेळ आता आली होती. हळूहळू तो पर्वताएवढा उंच, महाकाय झाला आणि लंकेच्या दिशेनं तोंड करून त्यानं उड्डाणाचा पवित्रा घेतला. सर्वांनी त्याच सुयश चिंतलं. आपण लंकेत जाऊन सीता माता सुखरूप आहे ना हे पाहून येणं पुरेसं नाही, हे हनुमानाला ठाऊक होतं. त्यानं मातेला श्रीरामांकडे परतही घेऊन यायला हवं होतं–म्हणजेच त्याचं कार्य पूर्ण होणार होतं–तडिस जाणार होतं!

हनुमानाचे लंकागमन

हनुमान समुद्रकिनारी उभा होता. त्यानं महाकाय पर्वतासारखं शरीर धारण केल्यामुळे त्याला समुद्राच्या पलीकडे असलेली लंकानगरी दिसत होती. लंका म्हणजे एक बेट होतं. समुद्रावरून उड्डाण करून आपण या बेटावर सहज पोहोचू शकू हे हनुमानाला माहीत होतं. सर्व सहकारी मित्रांच्या शुभेच्छांचा स्वर हनुमानाच्या कानात अजूनही घुमत होता. श्रीरामांचं स्मरण करून हनुमानाने दीर्घ श्वास घेतला आणि आकाशात उड्डाण केलं. आकाशात झेपावलेल्या वायुपुत्र हनुमानाला पाहून वानरसेनेनं एकच जल्लोष केला.

त्या विस्तीर्ण, दूरवर पसरलेल्या अथांग समुद्रावरून जाताना हनुमानाचं लक्ष आपल्या कामाकडे केंद्रित होतं. त्याची दृष्टी फक्त लंकेकडे होती. तो जात असताना वाटेत समुद्रातून मयंक नावाचा उंच पर्वत उसळून वर येऊन म्हणाला, "हनुमाना, काही वेळ माझ्या इथे थांबून विसावा घ्यावा आणि मग पुढे जावं." हनुमंतानं त्याची विनंती मान्य केली. उड्डाण करीत असताना आपली विशाल छाती त्यानं क्षणभर त्या पर्वतावर टेकवली आणि म्हणाला, "मयंक, आता माझे कार्य पूर्ण होईपर्यंत विश्राम घेणे नाही. तू माझ्या मार्गातून बाजूला हो." असं म्हणून तो तिथून निघाला. तो जसजसा पुढे जात होता, तसतसा वाऱ्याचा प्रचंड आवाज येत होता–तो साऱ्या

आकाशात पसरत होता. हनुमानाची भलीमोठी सावली पाहून सुरसा नावाची राक्षसीण समुद्राच्या तळातून बाहेर येऊन त्याच्या मार्गात आडवी झाली. “काय रे माकडा, एवढ्या वेगात कुठं चालला आहेस? काही कळतंय का तुला?” कर्कश आवाजात तिनं विचारलं. “माझ्या वाटेत येऊ नकोस. मला जाऊ दे,” हनुमान म्हणाला. “तू जर माझ्या तोंडातून बाहेर पडू शकलास, तरच मी तुला जाऊ देईन, नाहीतर तुझा चट्टामट्टा करून टाकेन, समजलं?” असं म्हणत सुरसेनं स्वतःचा आकार वाढवायला सुरुवात केली. ती मोठी व्हायला लागली, तसं तिचं तोंड, तिचा जबडाही अक्राळ-विक्राळ व्हायला लागला.

हनुमानानंही आणखी विशाल रूप घेतलं. पण सुरसा मायावी राक्षशीण असल्यामुळे ती हनुमानापेक्षा मोठीमोठी होत गेली. तिचा जबडा अक्राळ-विक्राळ होत गेला. अखेरीस एखाद्या मोठ्या गुहेसारखा झाला. हनुमान चतुरपणे एखाद्या छोट्या चमकदार डोळ्यासारखा लहान झाला आणि सुरसेच्या जबड्यात शिरून बाहेरही पडला. सुरसेला त्याचं फार कौतुक वाटलं. तिनं त्याला आशीर्वाद दिला व म्हणाली, “शूरवीर हनुमाना, जा! तुझ्या कामात यशस्वी होऊन ये. हनुमाना, तू खरंच शूर लढवय्या आहेस. तुझ्यासारखी शारीरिक ताकद आणि बुद्धिमत्ता मी आजपर्यंत पाहिली नाही. शिवाय तुझ्यात ठरवलेलं कार्य पूर्ण करण्याचा निग्रहसुद्धा आहे!” लंकेला पोहोचेपर्यंत हनुमानाला अनेक राक्षस-राक्षशिणींना तोंड द्यावं लागलं. सगळ्यांचा पराभव करत पुढेपुढे जात अखेरीस तो लंकेच्या किनाऱ्यावर येऊन पोहोचला.

लंकेची भूमी म्हणजे निळ्याशार समुद्रात शोभणारं पाचूचं हिरवंगार बेट होतं. सगळीकडे केळीच्या आणि नारळीच्या बागा होत्या. शांत, आकर्षक वातावरण होतं. हनुमान लंकेतल्या एका उंच पर्वतावर उतरला. तिथून त्याला सगळा भूप्रदेश, त्याचा नकाशा समजून घेता येणार होता.

lंकेची भूमी समृद्ध होती. सगळीकडे सुख-समृद्धी-संपन्नता दिसत होती. इंद्रदेवाच्या आणि कुबेराच्या राज्यापेक्षाही लंकेत जास्त संपत्ती असावी, असं दिसत होतं.

हनुमानानं चौफेर नजर टाकली. मोठमोठे वाडे, इमारती सोन्यानं मढवलेल्या होत्या. लंकावासी उंची भरजरी वस्त्रं आणि जड-जवाहिरांनी, सुवर्णभूषणांनी नटूनथटून वावरताना दिसत होते. सगळीकडे मऊशार हिरवळ पसरलेल्या बागा दिसत होत्या. हनुमानानं हे सारं पाहून घेतलं. आता या सगळ्यातून सीतामातेचा ठावठिकाणा शोधायचा होता. त्यासाठी योजना आखायची होती. 'आपल्या कामासाठी अंधार पडायची वाट पाहू आणि मग लंकेत प्रवेश करू' असा त्यानं विचार केला.

संध्याकाळ झाली. सूर्यास्त झाला. हनुमान पूर्ण काळोख होण्याची वाट पाहत होता. सगळीकडे काळोख पसरला. आता हनुमानानं सामान्य वानरासारखं लहान रूप घेतलं. त्यामुळे कडक पहारा असलेल्या लंकानगरीत कोणाला न दिसता तो इकडेतिकडे फिरू शकणार होता. हनुमानानं सगळ्या आलिशान भागातल्या सुंदर सुंदर इमारतींवरून चक्कर मारली, पण तिकडे कुठेही त्याला सीता दिसली नाही. तो इकडून तिकडे हिंडत राहिला. सगळीकडे रूपवान स्त्रिया पहुडलेल्या दिसल्या; पण त्यात सीता असणं शक्य नाही, हे त्याला पक्कं ठाऊक होतं. हनुमान तर चक्क रावणाच्या राजवाड्यातही गेला. तिथे एका महालात हिरे-माणकांनी मढवलेल्या सोन्याच्या पलंगावर पहुडलेला पर्वतकाय रावण दिसला. त्याचा तो महाभयंकर आकार पाहून हनुमानालाही क्षणभर धस्स झालं. त्यानं आसपास कुठे सीता दिसते का ते पाहिलं; पण सीता तिथेही नव्हती.

'प्रभू रामचंद्रांच्या सीतेला आता शोधावं तरी कुठे? एवढ्या मोठ्या लंकेत

सीतामाई कुठे असेल?' त्याच्या मनात विचार आला. मग त्याच्या लक्षात आलं की, रावण एवढ्या चांगल्या ठिकाणी सीतामाईला ठेवणार नाही! मग तो तिथून बाहेर पडला आणि जवळच्या देवळाशेजारच्या बागेत आला. त्यानं बागेतल्या उंच झाडावरून सगळीकडे एक नजर टाकली. एका मोठ्या झाडाखाली अतिशय सुंदर दिव्य स्त्री बसलेली त्याला दिसली. 'हीच सीतामाता!' त्यानं लगेचच ओळखलं. सीता त्या अशोकवनात अत्यंत दु:खी होती. तिच्याभोवती भयानक राक्षशिणींचा पहारा होता. ती अतिशय निस्तेज दिसत होती.

तिच्या डोळ्यांतून अश्रूधारा वाहत होत्या. त्या सगळ्या राक्षशिणी तिच्याभोवती जमून तिच्यासमोर रावणाची स्तुती करत होत्या. तो किती शक्तिमान आहे याचं वर्णन करून सीतेनं त्याच्याशी विवाह करावा, असंही त्या सांगत होत्या, "सीते, महाराज रावणाइतका बलशाली पुरुष या पृथ्वीवर नाही. त्यांच्याशी लग्न कर. ते तुला अगदी सुखात ठेवतील."

"ते कदापि शक्य नाही. माझ्या श्रीरामांसारखा बलवान दुसरा कोणीही नाही," सीता उतरली.

एवढ्यात आपल्या निवडक शिपायांसह आणि अंगरक्षकांसह अशोकवनात आलेल्या लंकापती दुष्ट रावणाची गर्जना ऐकू आली. तो सीतेला ओरडून म्हणाला, "सीते, मी तुझ्या बऱ्याच मिनतवाऱ्या केल्या, विनवण्या केल्या. तुला अजून काय पाहिजे? तू माझ्याशी लग्न करायला का तयार होत नाहीस? माझ्याशी लग्न केल्यावर तू केवढ्या ऐश्वर्याची आणि राज्याची मालकीण होणार आहेस हे तुला कळत नाही का?" सीतेनं संतापून गवताची एक काडी उचलली आणि त्याच्याकडे भिरकावत ती म्हणाली, "अरे दुष्टा, माझ्या श्रीरामप्रभूंच्या शक्तीपुढे आणि ऐश्वर्यापुढे

तुझी शक्ती आणि ऐश्वर्य गवताच्या काडीच्या मोलाचं आहे–माझे प्रभू ते पायदळी तुडवतील. तू तर चोर आहेस. मी तुझ्यासारख्या नीचाला कधीच वश होणार नाही–समजलास?'' सीतेकडून अशाप्रकारे अपमानित झालेला रावण दाणदाण पावलं टाकत तिथून निघून गेला. त्याच्याबरोबर सगळी सेना, अंगरक्षक आणि सीतेच्या पहाऱ्यावर असलेल्या राक्षशिणीही चालत्या झाल्या. आता त्या अशोकवनात सीता एकटीच होती.

झाडावर बसून हनुमान हे सगळं ऐकत होता, पाहत होता. सगळे जण लांब गेलेले पाहून त्यानं प्रभू रामचंद्रांची प्रार्थना म्हणायला सुरुवात केली. ती सीतेनं ऐकली, तिच्या श्रीरामाचं नाव ऐकून ती खूप आनंदली. तिनं आजूबाजूला पाहिलं तर झाडावर एक वानर दिसलं. तिनं त्याला खाली उतरायला सांगितलं. हनुमान झाडावरून खाली आला आणि त्यानं सीतेच्या पायाला हात लावून नमस्कार केला. ''ऊठ, तू कोण आहेस? आणि तू प्रभू रामचंद्रांची प्रार्थना का म्हणत होतास?'' सीतेनं त्याला विचारलं. ''माते, मी हनुमान. प्रभू रामचंद्रांचा दूत. त्यांचा सेवक. त्यांनी माझ्याजवळ तुम्हाला देण्यासाठी खुणेची अंगठी दिली आहे.'' असं सांगून त्यानं ती मुद्रिका सीतेला दिली.

रामानं दिलेली मुद्रिका पाहून सीतेला हर्ष झाला. तिच्या डोळ्यांतून घळाघळा आनंदाश्रू वाहू लागले. ''माते, आता दु:ख करू नका. लवकरच प्रचंड वानर सेना आणि जंबूक सेना घेऊन प्रभू रामचंद्र लक्ष्मणासह लंकेत येऊन रावणाशी युद्ध करून तुम्हाला परत घेऊन येतील!'' हनुमानाचे हे शब्द ऐकून सीतेचा आनंद गगनात मावेना. अखेर तिची प्रार्थना देवानं ऐकली तर! हनुमानानं सीतेला निश्चिंत राहायला

सांगितलं आणि 'आता पुढं काय करायचं?' याचा तो विचार करू लागला.

त्याला रावणाची भेट घेऊन, सीतेच्या अपहरणानं त्यानं स्वत:वर केवढं मोठं संकट ओढवून घेतलं आहे, याची मुद्दाम कल्पना करून द्यायची होती. अशोकवनात धुमाकूळ घालून ते उद्‌ध्वस्त करून तिथल्या पहारेकऱ्यांचं लक्ष वेधून घेण्याआधी त्यानं पुन्हा एकवार अत्यंत आदरानं वाकून सीतेला वंदन केलं. आता त्यानं मुद्दाम या झाडावरून त्या झाडावर उड्या मारत फळं तोडून जोरात खाली फेकायला सुरुवात केली. झाडांच्या फांद्यांवरून पानं ओरबाडून बागेत सगळीकडे उडवायला सुरुवात केली. बागेचे पहारेकरी आणि त्या राक्षसिणी आपल्याच दिशेनं येताहेत हे पाहून तो मोठमोठी झाडं मुळापासून उपटून टाकायला लागला.

ते अंगावर धावून आले, तेव्हा सर्व ताकदीनिशी त्यांचा सामना करू लागला. या माकडाला आवरणं आपल्या शक्तीबाहेरचं आहे, हे लक्षात आल्यावर पहारेकरी धावत रावणाकडे गेले, "महाराज, आपल्या अशोकवनात एक माकड आलंय. त्यानं नुसता धुमाकूळ घातलाय. अशोकवनाची नासधूस चालवली आहे. ते इतकं शक्तिमान आहे की, आम्ही सगळे मिळूनही त्याला पकडू शकलो नाही." पहारेकऱ्यांनी आपली अडचण सांगितली. रावण संतापला. एखादं माकड माझ्या सुंदर अशोकवनाची नासधूस करतंय? त्याची ही हिंमत? त्यानं आपला लाडका

मुलगा अक्ष याला राक्षस-राक्षशिणींची मोठी सेना देऊन त्या 'माकडाला' पकडायला पाठवलं. हनुमानानं हा सगळा फौजफाटा बघितला. त्यानं एक मोठ्ठा वृक्ष हातानं उपटला आणि गरागर फिरवत कितीतरी राक्षस-राक्षशिणींना ठार मारलं. अक्षसुद्धा मारला गेला. उरलंसुरलं सैन्य हनुमानाला घाबरून माघारी पळत सुटलं. अक्ष मारला गेल्याचं त्यांनी रावणाला सांगितलं. मग रावणानं आपला सर्वांत शक्तिशाली मुलगा इंद्रजित याला त्या कामगिरीवर पाठवलं.

इंद्रजित रथावर आरूढ होऊन 'माकडाला' पकडण्यासाठी निघाला. हनुमानानं इंद्रजितची प्रत्येक चाल परतवून लावली. अखेर इंद्रजित उर्फ मेघनादनं दिव्य ब्रह्मास्त्राचा बाण काढला. हनुमान त्या बाणानं मात्र जखमी होऊन खाली पडला. राक्षस सेनेनं हनुमानाला बांधून टाकलं. इंद्रजितनं त्याला ओढत आणून रावणासमोर उभं केलं. ब्रह्मास्त्राचा प्रभाव आपल्यावर एखादा तासभर टिकणार आहे, हे हनुमानाला ठाऊक होतं. शिवाय प्रभू रामचंद्रांचा दुष्ट रावणाला संदेश देण्यासाठी त्याला रावणाशी भेट होणं गरजेचं होतं. त्यासाठी त्याला ही आयतीच संधी चालून आली होती. त्यानं या गोष्टीचा फायदा करून घेतला. त्याचं उद्दिष्ट पूर्ण होण्याच्या दिशेनं हे पुढचं पाऊल होतं.

लंकादहन

पहारेकरी आणि सैनिक हनुमानाला बंदिवान करून रावणासमोर घेऊन आले. रत्नजडित सुवर्ण सिंहासनावर रावण मोठ्या ऐटीत आणि गुर्मीत बसला होता. रावणाची सोन्याबद्दलची लालसा सर्वश्रुत होती. दरबारात हनुमानाला बसायला आसन दिलं गेलं नाही. त्यानं क्षणभर वाट पाहिली आणि शेपूट लांब लांब करत त्याचंच वेटोळं करत रावणापेक्षा उंच स्वत:चं आसन तयार केलं. ''मूर्ख माकडा! तुला इथे कोणी पाठवलं? इंद्रानं का कुबेरानं?'' रावणानं विचारलं. हनुमानानं मोठ्या नम्रतेनं उत्तर दिलं, ''नाही. मला ना इंद्रानं पाठवलंय ना कुबेरानं.

वानरराज महाराज सुग्रीवांचा मी प्रधानमंत्री आहे. सीतामातेला तू भ्याडासारखं पळवून आणलंस ही तू फार मोठी चूक केली आहेस. मातेला आदरानं रामांकडे तू परत पाठवावंस आणि श्रीरामचंद्रांचं वर्चस्व मान्य करावंस. तू जर असं केलं नाहीस, तर तू निर्माण केलेलं हे मोठं साम्राज्य आणि तुझा सगळा राक्षसवंश नष्ट होईल, हे लक्षात ठेव. मी तुला इशारा देतोय.'' रावणानं मात्र गडगडाटी हास्य करून त्याचं बोलणं उडवून लावलं खरं, पण मनातून तो खूप चिडला होता.

हनुमानाचं बोलणं ऐकून संतापलेल्या रावणानं जोरानं पाय आपटले आणि म्हणाला, ''अरे उर्मट माकडा, तू असुरराज रावणाशी बोलतोहेस याचं तुला भान आहे का? मी एका क्षणात तुझा जीव घेऊ शकतो. तू माझ्याच दरबारात माझाच अपमान करतोस?'' आपल्या सैनिकांकडे पाहून तो म्हणाला, ''या माकडाला ठार करा!'' सैनिक आणि इतर दरबारी हनुमानाच्या दिशेनं धावणार–एवढ्यात रावणाचा भाऊ बिभीषण यानं त्यांना थोपवलं. हळू आवाजात तो रावणाला म्हणाला, ''राजाधिराज, दूताला ठार करणं योग्य नाही. राजनीतिला धरून नाही. कारण दूत फक्त आपल्या राजाचा संदेश घेऊन येतो. तो संदेश दुसऱ्या राजाला प्रसन्न करणारा, त्याची स्तुती करणारा नसेल, तर तो त्या दूताचा दोष नाही.'' आपला भाऊ नेहमी खरंच बोलतो, हे रावणाला ठाऊक होतं. त्यामुळे तो नेहमीच त्याचं म्हणणं ऐकत असे. म्हणून त्यानं सैनिकांना हनुमानाच्या शेपटीला आग लावायला सांगितलं. त्यानुसार सैनिकांनी त्याच्या शेपटीला चिंध्या गुंडाळायला सुरुवात केली. हनुमानानं शेपटी ताठ करून उंच धरून त्यांची फजिती केली. शेवटी सैनिकांनी कसंतरी करून चिंध्या गुंडाळून शेपटीचं टोक तेलात बुडवलं आणि पेटवून दिलं. हनुमान तिथून निघाला आणि पेटती शेपूट घेऊन लंकेच्या रस्त्यातून उड्या मारत

निघाला. लोक त्याची चेष्टा करायला लागले, "तो बघा, तो बघा, आपल्या राज्यात शिरलेला चोर! छान झालं! भली खोड मोडली," असं म्हणत लोक हसत होते. हनुमानाच्या अपमानाची वार्ता सीतेच्या कानावर आली. तिला फार वाईट वाटलं. तिनं अग्नीदेवांचं स्मरण केलं आणि "हे अग्नीदेव, हनुमानाला वाचवा. तुमच्या ज्वाळांपासून त्याचं रक्षण करा," अशी प्रार्थना केली.

आता हनुमान लंकाभर फिरत होता. त्यानं त्या सगळ्यांना चांगला धडा शिकवायचं ठरवलं. त्यानं स्वत:चा आकार एकदम छोटा करून स्वत:ची त्या बांधलेल्या अवस्थेतून सुटका करून घेतली आणि दुसऱ्याच क्षणी तो पर्वताएवढा मोठ्ठा झाला. या इमारतीवरून त्या इमारतीवर जळत्या शेपटीनिशी उड्या मारायला लागला. सगळीकडे आग पसरायला लागली. वाटेतल्या घराघरात आगीचे लोण पसरले. वाऱ्यामुळे आग जास्तच भडकत गेली आणि सगळी लंकानगरीच आगीच्या ज्वाळांमध्ये लपेटली. धुराचे ढगच सगळीकडे दिसायला लागले. सोन्याची नगरी म्हणून प्रसिद्ध असलेली लंका जळून भस्मसात झाली. राखेचा ढीग नव्हे, भला मोठा डोंगर झाला. सगळे भयभीत लंकावासी महाकाय हनुमानाच्या पायाशी उभे राहून जळणाऱ्या लंकेकडे पाहत राहिले. सारी लंका जाळल्यानंतर हनुमानानं समुद्राच्या पाण्यात शेपटी बुडवून आग विझवली. मग नेहमीप्रमाणे शरीर धारण करून तो अशोकवनात सीतेला भेटायला आला. तिला वंदन करून म्हणाला, "माते, आपली शक्ती अगाध आहे. आता मी प्रभू रामचंद्रांकडे परत जातोय.

आपण सुरक्षित असल्याचं सांगतो. म्हणजे रावणाच्या तावडीतून आपल्याला सोडवण्यासाठी ते इथे येतील." सीतेनं त्याला मनापासून आशीर्वाद दिला. आपली खूण म्हणून

तिनं आपली आभूषणं रामाला देण्यासाठी हनुमानाला दिली. ती त्यानं आपल्या वस्त्रात बांधून घेतली. हनुमान परत समुद्रकिनारी आला. पुन्हा मोठ्या पर्वताएवढा झाला आणि त्यानं समुद्रावरून उड्डाण केलं. त्या किनाऱ्यावर वानर आणि जंबूक सेना त्याची वाटच पाहत होते. त्याला आकाशमार्गे येताना पाहून सगळ्यांना खूप आनंद झाला. तो खाली उतरल्यावर सगळ्यांनी जल्लोष करत त्याला खांद्यावर उचलून घेतलं. वाजत-गाजत जयजयकार करत मिरवणुकीनं त्याला सुग्रीवाकडे नेलं.

वाटेत त्यांना फळांनी लगडलेल्या झाडांनी आणि सुवासिक फुलांनी नटलेली मोठ्ठी बाग लागली. राजा सुग्रीवाचा भाऊ दधिमुख याची ती बाग होती. हनुमानाच्या स्वागताच्या जल्लोषात सगळ्या वानरांनी ती बाग लुटली. वानर आणि जंबुकसेनेसह हनुमान सुग्रीव आणि प्रभू रामचंद्रांपाशी आला. प्रभू रामचंद्रांच्या पाया पडून हनुमान म्हणाला, ''प्रभू, आपल्या कृपेनं मी लंकेला जाऊन सुखरूप परत आलो. पावित्र्य आणि सात्विकतेची मूर्ती असलेल्या सीतामातेनं निरोप दिला आहे की, त्या रावणाच्या तावडीतून आपण त्यांची सुटका करण्यासाठी अजून काही दिवस वाट पाहतील. त्यांनी ही आभूषणं आपल्यासाठी दिली आहेत.''

सीता सुखरूप आहे, हे ऐकून रामाला फार आनंद झाला. सीतेची आभषूणं पाहून त्याचं मन तिच्या आठवणींनी भरून आलं. दुष्ट रावणाच्या लंकेत एकट्या पडलेल्या सीतेची व्यथा त्याला कळत होती. ती सगळा त्रास, हालअपेष्टा कसे सहन करत असेल? झाडाखाली राहताना थंडी-वारा-पाऊस यांना ती कशी तोंड देत असेल? दुष्ट राक्षस-राक्षशिणींचं उद्धट बोलणं, टोमणे मारणं ती कशी ऐकून घेत असेल? रामाच्या मनात सीतेच्या विचारांनी गर्दी केली.

थोड्या वेळानं तो भानावर आला. हनुमानानं एका उड्डाणात एवढा मोठा समुद्र कसा पार केला याचं त्यालाही नवल वाटलं. सीतेला सोडवण्यासाठी वानर आणि जंबुक सेनेसह समुद्र पार करावा लागणार आहे, याची रामाला कल्पना होती. लवकरच सीतेपर्यंत पोहोचणं गरजेचं होतं, नाहीतर दुःखानं तिच्या जिवालाही धोका होता. राम सुग्रीवाकडे आला. "समुद्र ओलांडून कसं जाता येईल?" रामाने विचारलं. थोडा वेळ विचार करून सुग्रीव म्हणाला, "प्रभू, हनुमान उड्डाण करून समुद्र पार करू शकतो हे तर आपण पाहिलं.

तो तुम्हाला आणि लक्ष्मणाला खांद्यावर बसवून घेऊन जाईल. इतर सेना काहीतरी करून लंकेला पोहोचेल. आपण चिंता करू नये. आम्हाला समुद्राच्या दिशेनं कूच करण्याची आज्ञा द्या. आम्ही काहीही करू पण समुद्र पार करूच." रामानं लगेचच तशी आज्ञा दिली. आणि प्रचंड वानर-जंबूक सेना समुद्राच्या दिशेनं निघाली. तो प्रवास खूप लांबवरचा होता. वाटेत घनदाट अरण्यं, पर्वत, डोंगर, जलाशय होते. मार्ग खडतर होता, पण सीतामातेला सोडवायचं आहे या विचारानंच त्यांना बळ मिळालं होतं. मजल-दरमजल करत दोन्ही सेना समुद्रकिनारी पोहोचल्या. रामानं तिथल्या जवळच्या एका अरण्यात राहायला सांगितलं.

समोर अथांग समुद्र पसरलेला होता. त्याच्या निळ्याशार पाण्यावर दुधासारख्या पांढऱ्या शुभ्र फेसाळणाऱ्या लाटा उसळत होत्या. वानर आणि जंबूक सेनेला 'हा समुद्र आपण कसा पार करणार?' हाच प्रश्न पडला होता. कारण, ते हनुमानासारखे उड्डाण करू शकत नव्हते. आपल्याच विचारात गढून गेलेल्या रामाकडे सगळ्यांचं लक्ष होतं. तोसुद्धा हाच विचार करत होता. त्यालासुद्धा हाच प्रश्न पडला होता. रामानं सगळ्या सैनिकांना बोलावलं. "हा समुद्र पार करायचा, तर अभिनव कल्पना शोधून काढायला हवी. सगळ्यांनी एकत्रपणे विचार करू या. लक्षात ठेवा-इच्छा तेथे मार्ग. एकी हेच बळ. आपण एकजुटीने, एका विचारानं प्रयत्न केले, तर नक्कीच काहीतरी मार्ग सापडेल." रामाच्या शब्दांनी सगळ्यांना हुरूप आला. आता नक्कीच आपण समुद्रापार जाऊन सीतामातेला सोडवून आणू शकू, असा विश्वास वाटून सगळे कामाला लागले.

सेतू बांधला रे सागरी

हनुमानानं लंकेची केलेली नासधूस पाहून रावण काळजीत पडला. एका सामान्य माकडानं आपली एवढी सुंदर नगरी उद्ध्वस्त करावी, याचा त्याला खरंतर संताप आला होता. आता पुढे काय करायचं हे ठरवण्यासाठी त्यानं मंत्री आणि सगळ्या दरबाऱ्यांची बैठक बोलावली. नेहमीप्रमाणेच त्या सगळ्यांनी रावणाची स्तुती करत तोच कसा सर्वांत श्रेष्ठ, शक्तिमान दैत्यराजा आहे आणि कोणीच त्याला कसं हरवू शकत नाही असेच गोडवे गायला सुरुवात केली. पण त्यानं रावणाचं मन शांत झालं नाही. त्याच्या मनातल्या शंका दूर झाल्या नाहीत.

म्हणून त्यानं नेहमी सत्य बोलणाऱ्या आपल्या भावाची–बिभीषणाची भेट घेतली. "बंधो, आपण जर सीतेला श्रीरामांकडे मानाने परत पाठवलं नाही, तर आपला विनाश अटळ आहे!" बिभीषणाने खरं मत मांडलं. हे ऐकल्यावर रावण त्याच्यावर भयंकर संतापला. रागाने पेटून उठला.

बिभीषण जर त्याचा भाऊ नसता, तर त्यानं त्याचा जीवच घेतला असता. 'रावणाला आपण केलेल्या चुकीच्या कृत्याची जाणीव तर नाहीच, उलट त्याला मी रामाच्याच बाजूने बोलतो आहे, असे वाटते आहे. रामाची बाजू सत्याची–न्यायाची आहे हे रावणाच्या लक्षात येत नाही', असा विचार करून बिभीषण आपल्या चार सहकारी मित्रांसह आकाशमार्गाने निघाला आणि त्याने श्रीरामाचा आश्रय घेतला. बिभीषणाला पाहून सुग्रीवाच्या मनात संशय आला, 'हा हेरगिरी तर करायला आला नाही?' पण 'माझ्या आश्रयाला आलेल्या कुणालाही मी विन्मुख परत पाठवू शकत नाही,' असं दयाळू रामानं त्याला सांगितलं.

लंकेपर्यंत पोहोचण्याच्या मार्गात मोठा अडसर होता, तो समोर पसरलेल्या अथांग समुद्राचा. तो कसा ओलांडता येईल, त्यासाठी कोणत्या साधनांचा उपयोग करावा याबद्दल सुग्रीव, बिभीषण आणि लक्ष्मण यांनी एकमेकांशी चर्चा केली, काय योजना आखावी यावर विचार केला. 'प्रभू श्रीराम, आपण समुद्रदेवाची प्रार्थना करावी' बिभीषणानं रामाला सुचवलं. रामाला ते पटलं. त्यानं समुद्रकिनारी गवताचं आसन तयार केलं. त्यावर बसून समुद्रदेवाची उपासना सुरू केली.

तीन दिवस त्यानं उपवास करून समुद्र देवाची प्रार्थना केली; पण ती निष्फळ ठरली. समुद्रदेवांवर त्याचा काहीच परिणाम झाला नाही. रामाला ते आवडलं नाही. तो चिडला आणि अग्निबाणांचा वर्षाव करून समुद्र आटवून टाकावा, असं त्यानं ठरवलं.

रामानं आपला दिव्य भाता उचलला आणि त्यातून भयंकर अग्निबाण समुद्रात सोडायला सुरुवात केली. त्या बाणांमुळे समुद्र घुसळून निघाला. त्याच्यावर मोठ्या लाटा उसळायला लागल्या.

अगदी आकाशाला भिडायला लागल्या. सगळीकडे विजांचा कडकडाट होऊ लागला. समुद्रात राहणारे प्राणी घाबरून बाहेर आले. इकडेतिकडे आसरा शोधू लागले. बाणांचा टणत्कार आणि इतर आवाज गगनभेदी होते. त्यानं कानठळ्या बसत होत्या.

श्रीरामानं आणखी एक अग्निबाण धनुष्यावर चढवला, तो त्याची प्रत्यंचा ओढणार, इतक्यात समुद्रदेव प्रकट झाले. आता यापुढे अग्निबाण झेलणं त्यांना शक्य नव्हतं. समुद्राचं पाणी प्रखर विजेसारखं लकाकलं आणि दुभंगलं, त्यातून अत्यंत दिव्य समुद्रदेव बाहेर आले.

त्यांनी श्रीरामाला वंदन केलं आणि हात जोडून ते म्हणाले, ''प्रभू, मला क्षमा करा. पण मी निसर्गाचा दास आहे. गुलाम आहे. निसर्गानं पंचमहाभूतांना जे नियम घालून दिले आहेत, त्यानुसारच त्यांना वागावं लागतं. मी खूप खोल असायला हवं, माझ्यात सतत लाटा उसळायला हव्यात आणि सहजासहजी मला कोणी ओलांडून जाऊ शकणार नाही असं माझं स्वरूप हे निसर्गानं घालून दिलेलं बंधन आहे. पण आता माझं पाणी आटलं आहे. आता मी तुम्हाला मदत करू शकेन.''

''प्रभू, महान वास्तुविशारद विश्वकर्मा यांचा पुत्र नल वानरसेनेत आहे. त्याच्या मार्गदर्शनाखाली तुमच्या वानर आणि जंबूक सेनेनं लाकडाचा आणि दगडाचा सेतू बांधून घ्यावा. तुम्ही आणि तुमची सेना मला ओलांडून जाण्यासाठी मी तो घट्ट धरून ठेवेन,'' असं म्हणून समुद्रदेवांनी रामाला पुन्हा एकदा वंदन केलं आणि ते समुद्राच्या पाण्यात अदृश्य झाले. समुद्रदेवांच्या सल्ल्यानुसार रामाने नलाला बोलावून घेतले आणि आपली प्रचंड वानर–जंबूक सेना जाऊ शकेल असा भक्कम सागरी सेतू-पूल बांधण्याची जबाबदारी त्याच्यावर सोपवली.

"प्रभू, आपण माझ्यावर एवढा विश्वास टाकला आहे. मी आपल्या सेवेला हजर आहे!" असं म्हणून नलानं रामाला वंदन केलं आणि वानर तसंच जंबुकांना मोठे-मोठे वृक्ष मुळापासून उपटून आणायला आणि छोटे डोंगर-पर्वत उचलून आणायला सांगितलं. ते वृक्ष विशिष्ट पद्धतीनं समुद्रात टाकले जाणार होते. समुद्रदेव आपल्या वचनानुसार त्यांना घट्ट धरून ठेवणार होते. असा तो सेतू तयार करून त्यातल्या फटींमध्ये मोठे दगड, छोटे पर्वत-टेकड्या भरल्या जाणार होत्या.

वानर आणि जंबूक सेना उत्साहानं कामाला लागली. मोठे वृक्ष आणि टेकड्या समुद्रात टाकून तो सेतू समुद्राच्या पाण्यावर तरंगू लागला. थेट लंकेपर्यंत जाणारा हा सेतू ८० मैल रुंद आणि ८०० मैल लांब होता. सगळं सैन्य दिवस-रात्र कामाला लागलं आणि केवळ पाच दिवसांत हा सेतू तयार झाला. वानर आणि जंबूक सेतूचं काम करत असताना एक खार जंगल झाडीतून बाहेर आली.

प्रभू श्रीराम लंकेपर्यंत जाणारा प्रचंड मोठा सेतू बांधायचं काम करत आहेत, हे पाहून आपणही त्यांना मदत करावी, असं तिला वाटलं. सेतू आणखी भक्कम, पक्का व्हावा म्हणून त्या खारीनं वाळू आणि छोटे-छोटे दगड तोंडात धरून आणून लाकूड आणि मोठ्या खडकांच्या फटीत टाकायला सुरुवात केली.

छोटी खारूताई तिच्या परीनं आपल्याला या कामात मदतीचा आपला वाटा उचलते आहे, हे पाहून रामाला गहिवरून आलं. तो तिच्यापाशी गेला. त्यानं तिला उचलून घेतलं आणि मोठ्या मायेनं तिच्या पाठीवरून हात फिरवला. त्याच्या हातात एवढी दिव्य शक्ती होती की, आजही कुठल्याही खारूताईच्या पाठीवर रामाच्या तीन बोटांची खूण आढळून येते.

अखेर सेतूचा शेवटचा खडक वानरांनी समुद्राच्या पाण्यात टाकला आणि सगळा सेतू बांधून पूर्ण झाला. सगळ्या सेनेनं एकच जल्लोष केला. रामानं पुलाकडे पाहिलं. त्याला आनंद झाला. प्रत्यक्ष देवदेवता, ऋषिमुनी, संत-सज्जन यांनी वानर आणि जंबूक सेनेवर कौतुकाचा वर्षाव केला.

'आपल्या या कार्यात यश मिळो!' अशी रामानं प्रार्थना केली आणि मगच दोन्ही सेना पुढे निघाल्या. राम-लक्ष्मणाच्या नेतृत्वाखाली वानर-जंबूक सेना मोठ्या उत्साहानं सेतूवरून लंकेच्या दिशेनं निघाल्या.

समुद्रदेवांनी आपलं वचन पाळलं. सेतूला भक्कमपणे तोलून धरलं. एवढ्या मोठ्या प्रचंड सेनेनं सहज तो सेतू पार केला. खरंतर रात्रंदिवस काम करून दोन्ही सेना दमल्या होत्या; परंतु या सेतूच्या पलीकडे सीतामाई आहे आणि आपण त्यांना सोडवून आणायला चाललो आहोत, हे माहीत असल्यानं त्यांचा थकवा कुठल्या कुठे दूर पळाला होता.

त्यांचा उत्साह पाहून रामाचा आणि लक्ष्मणाचासुद्धा उत्साह द्विगुणित झाला. लवकरच सर्व जण सुवर्णभूमी लंकेत पोहोचले. त्यांच्या आनंदाला पारावार नव्हता. आता आपण नक्कीच सीतामातेला सुखरूप घेऊन परत जाणार, अशी त्यांना खात्री होती. लंकेचा शांत, समृद्ध समुद्रकिनारा त्यांच्यासमोर पसरलेला होता. लंकेतल्या बागांमध्ये, वनांमध्ये फळाफुलांनी लगडलेली झाडं त्यांना दिसत होती. झाडावरून तोडून फळं खाणं त्यांना फारच आवडे. त्यामुळे ती समृद्ध भूमी पाहून त्यांच्यात आणखीनच उत्साह आला.

राम आणि त्याची सेना लंकेत आल्याची वार्ता कळल्यावर रावण भयंकर संतापला. इतक्या थोड्या अवधीत हे सगळे समुद्र ओलांडून इथपर्यंत पोहोचले आहेत, या गोष्टीवर त्याचा विश्वास बसेना. एवढा मोठा समुद्र कोणी पार करू शकेल, हेच त्याला खरं वाटत नव्हतं. म्हणूनच त्यानं मायावी जादूगार विद्युतजिह्वा याला बोलावून घेतलं. त्याला रामाचं खोटं शिर तयार करायला सांगितलं आणि ते घेऊन तो सीतेकडे गेला. त्यानं ते सीतेला दाखवलं. सीतेनं ते बघितलं मात्र आणि अतीव दु:खानं ती वेडीपिशी झाली. ती मोठ्यानं रडून आक्रोश करायला लागली. तिच्या या नाजूक मनोदशेचा फायदा घेत रावणानं तिला पुन्हा लग्नाची मागणी घातली. पण सीतेनं ती पार धुडकावून लावली. तिचा नकार ऐकताच रावण भयंकर संतापला. 'रामासारख्या वनवासी माणसासाठी आपल्यासारख्या शक्तिशाली, पृथ्वीवरच्या सर्वांत धनवान सम्राटाला या सुंदर राज्यकन्येनं नकार द्यावा,' याचा त्याला राग आला. एव्हाना समुद्र किनाऱ्यावरच्या आपल्या किल्लेवजा राजवाड्याच्या दाराशी रामाची सेना पोहोचली असणार, या विचारानं तो चिंतेत पडला. समुद्र किनाऱ्यावर त्याला रामाच्या सेनेचा आरडाओरडा ऐकू यायला लागला. वानरसेना त्याला वाकुल्या दाखवत चिडवत होती. लढण्यासाठी पुढे यायचं आव्हान देत होती.

त्यांचा सगळा आविर्भाव पाहून रावणाला मनात थोडी भीती वाटली; पण त्यानं तसं दाखवलं नाही. तो उगाचच वानरसेनेवर गुरगुरू लागला. पण राम आपल्यापेक्षा जास्त शूर आहे, सरस आहे हे सत्य त्याला ठाऊक होतं. ही लढाई राम-रावणापेक्षा चांगल्या-वाईटाची, सत्-असत्‌ची होती, त्यात सत्याचा, चांगल्याचा, रामाचाच विजय निश्चित होता!

लंकेवर स्वारी

रामाची वानर आणि जंबूक सेना सागरी बेट असलेल्या आपल्या लंकानगरीला वेढा घालत आहे, हे रावण आपल्या किल्ल्यातून पाहत होता. सीतेला आपल्या कैदेतून सोडवून नेण्यासाठी रामाबरोबर आलेल्या एवढ्या मोठ्या वानरसेनेला पाहून त्याला गंमत वाटत होती, तसंच आश्चर्यही! केवढ्या मोठ्या संख्येनं हे सैनिक आले होते! 'माझ्या बलाढ्य राक्षस सेनेशी ही माकडांची सेना काय लढणार?' या विचारानं त्याला हसू आलं. त्याचं ते गडगडाटी हसणं आसमंतात पसरलं. 'परिसर दणाणून सोडणारं हे हास्य कुणाचं?' म्हणून वानर इकडेतिकडे बघू लागले.

किल्ल्यावरून आपल्याकडेच पाहत हसणारा रावण रामाशेजारी उभ्या असलेल्या सुग्रीवाला दिसला. रावणाच्या चेहऱ्यावर त्यांच्याबद्दलची तुच्छता स्पष्ट दिसत होती. ती पाहून तो आणि वानरसेना संतापली. इतकंच नव्हे, तर त्या राक्षसाच्या तावडीतल्या सीतामातेशी त्याचं असभ्य वर्तन पाहून तर सुग्रीवाच्या रागाचा पारा चढतच गेला. रागाने लालबुंद झालेल्या सुग्रीवानं उंच उड्डाण केलं आणि रावणापर्यंत पोहोचून त्याला जोरात धडक मारून त्याचा मुकुट धुळीला मिळवला. रावण एकदम गडबडला. मग त्या दोन राजांमध्ये चांगलीच लढाई जुंपली.

दोघं एकमेकांवर हल्ले-प्रतिहल्ले चढवू लागले. 'आता काहीतरी मायावी जादूची क्लृप्ती लढवायला हवी,' असं रावणाला वाटलं. रावणानं आपल्या मायेनं हा हल्ला यशस्वीपणे परतवला. एवढ्यात सुग्रीवानं मागे उडी घेतली आणि तो रामाच्या शेजारी जाऊन उभा राहिला.

रामानं सुग्रीवाचं कौतुक केलं, पण 'यापुढे असा जीव धोक्यात घालू नका,' असंही बजावलं. सगळ्या सैन्यानं सर्वस्व पणाला लावून शत्रूशी लढावं, असं रामानं सांगितलं. सीतेची त्वरित सुटका करण्यासाठी लंकेवर स्वारी करण्याचे आदेश त्यानं वानर आणि जंबूक सेनेला दिले. सगळे अडथळे पार करत सेनेनं मार्ग तयार केला.

लंकेची प्रवेशद्वारं वानरसेनेनं तोडून टाकली आहेत, हे कळताच रावणानंही आपल्या सैन्याला तिथे जायची आज्ञा दिली. दोन्ही सैन्यं एकमेकांसमोर आली. त्यांच्यात घमासान लढाई सुरू झाली. माकडांनी आपल्या हत्यारांनी, दातांनी आणि नखांनी राक्षस सेनेवर हल्ला करून त्यांना जखमी करायला सुरुवात केली. राक्षस सेनेनं आपल्या मायावी शक्तिनी वानर आणि जंबूक सेनेतल्या कितीतरी सैनिकांना

ठार मारलं. दोन्ही बाजूचे शेकडो सैनिक धारातीर्थी पडले. राम आणि लक्ष्मणानंही आपल्या दिव्य बाणांनी अनेक राक्षसांना कंठस्नान घातलं. रक्ताचे पाट वाहत होते. घनघोर युद्ध सुरू झालं. दोन्ही सैन्यं तुल्यबळ आहेत, असं दिसताच रावणानं आपल्या मुलाला–इंद्रजितला–युद्धभूमीवर यायला सांगितलं. इंद्रजित अतिशय निपुण, शूर लढवैय्या होता. त्याला युद्धभूमीवर पाहून राक्षस सेनेत पुन्हा उत्साह संचारला. ते आणखीच त्वेषानं शत्रूवर तुटून पडले. इंद्रजित अंगदावर चालून गेला. ते पाहून रावणाचा सेनापती जाम्बुमाळी हनुमानावर आणि कुंभकर्णाचा मुलगा निकुंभ हा वानरसेनेचा सेनापती नील याच्यावर तुटून पडला. आता वानरसेनेसमोर आपला टिकाव लागणार नाही, असं पाहून इंद्रजितनं वेगळीच शक्कल लढवली. तो स्वत: अदृश्य झाला आणि रामाच्या सेनेवर बाणांचा वर्षाव करू लागला. त्यानं राम-लक्ष्मणांवरसुद्धा हल्ला केला. दोघा भावांनी चोहीकडे बाण सोडायला सुरुवात केली; पण इंद्रजितला काहीच झालं नाही. त्यानं आपल्या अदृश्यपणाचा फायदा घेत विषारी बाणांचा मारा सुरू केला. राम-लक्ष्मण दोघंही विषारी बाण लागून शुद्ध हरपल्यानं जमिनीवर कोसळले. ते पाहून दुष्ट इंद्रजित आनंदानं खदाखदा हसू लागला. वानर आणि जंबूक सैनिक मूर्च्छित होऊन पडलेल्या राम-लक्ष्मणाभोवती जमले. सगळे दु:खी व निराश होऊन हात धरून बसले. त्यांच्या छावणीत दु:खाचं वातावरण पसरलं. असं काही घडेल, याची कोणालाच कल्पना नव्हती. काही वेळानं रामानं थोडी हालचाल केलेली दिसली.

बाणातून मारलेल्या सर्पास्त्राचं विष हळूहळू उतरायला लागलं होतं. राम कसाबसा उठून उभा राहिला. हे पाहताच सगळ्यांना हायसं वाटलं. त्यांच्या डोळ्यातून आनंदाश्रू वाहू लागले.

लक्ष्मण मात्र अजूनही बेशुद्ध होता. रामानं अलगद त्याचं डोकं आपल्या मांडीवर घेतलं. लंकेतला नामवंत धन्वंतरी सुषेण यानं लक्ष्मण शुद्धीवर येण्यासाठी काहीतरी मदत करावी यासाठी सुग्रीव त्याच्याकडे गेला. अर्थात, सर्व देवगण रामाच्याच बाजूनं होते. त्या क्षणी श्रीविष्णूंचं वाहन असलेला गरुड समुद्रातून बाहेर आला. त्याच्या एका कटाक्षात सर्पास्त्राचा बाण नाहीसा झाला आणि लक्ष्मणही उठून बसला. राम-लक्ष्मणाच्या जिवावरचं संकट टळलेलं पाहून सगळ्यांच्या जिवात जीव आला. सगळे पुन्हा लढायला सिद्ध झाले. रावणाच्या कानावर ही वार्ता गेली. तो चकित झाला. त्याला काही सुचेना. 'आता आपणच स्वतः युद्धभूमीवर जाऊन त्या राम-लक्ष्मणांना पृथ्वीवरून कायमचं नामशेष करायचं,' असं त्यानं ठरवलं.

राम-लक्ष्मणाला मारण्यासाठी आता रावणानं धूम्राक्षाला पाठवलं; पण हनुमानानं त्याचा वध केला. हे ऐकून रावण संतापला आणि योद्ध्याच्या रूपात सोन्याच्या रथातून युद्धभूमीकडे निघाला.

त्याच्या रथाला जोडलेल्या घोड्यांच्या टापांखाली पृथ्वी हादरून गेली. युद्धभूमीवर येताच त्यानं राम-लक्ष्मणावर बाणांची सरबत्ती केली. हनुमान आणि नील दोघंही पराभूत झाले. इतकंच नव्हे तर प्रत्यक्ष लक्ष्मणही त्याचा सामना करू शकला नाही. मग राम हनुमानाच्या खांद्यावर बसून रावणाशी लढू लागला. आता लढाईला भयंकर युद्धाचं स्वरूप आलं. राम-रावणाच्या हल्ल्या-प्रतिहल्ल्यानं जमीन हादरली. रामाच्या बाणांनी रावणाचा मुकुट खाली पडला. त्याचा रथ मोडून पडला. त्याच्या

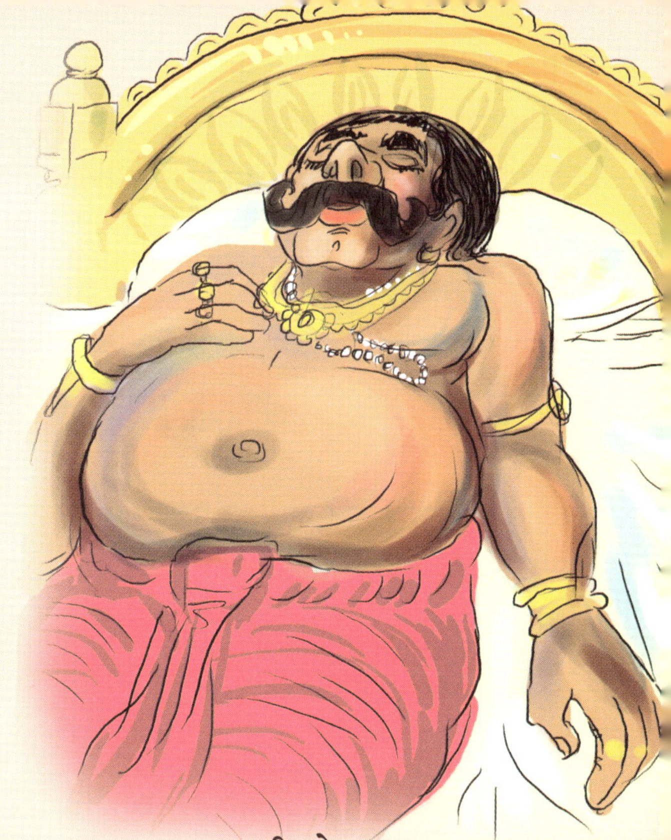

रथाचे घोडेही रामाच्या बाणांना बळी पडले आणि त्याच्या उत्तम धनुष्याचेही तुकडे तुकडे झाले. रावण आता रथ-धनुष्यबाणाविना एकटाच निःशस्त्र उभा होता. रामाला त्याची दया आली. तो म्हणाला, "हे दैत्यराज रावण, तू खरंच शूर योद्धा आहेस. आज तू माघारी फिर आणि उद्या नवी शस्त्रास्त्रं घेऊन ये."

रामाचं हे बोलणं ऐकून रावणानं शरमेनं मान खाली घातली. अपमानानं त्याचं शरीर थरथरत होतं. तशाच लज्जास्पद अवस्थेत तो राजवाड्यात परत आला. एखाद्या सामान्य मर्त्य माणसाकडून एवढा जीवघेणा अपमान सहन करण्याची वेळ आजवर त्या दैत्यराजावर आली नव्हती. राजवाड्यात आपल्या कक्षात येऊन तो डोकं हातात धरून विचार करायला लागला.

काही वेळानं तो शांत झाला. त्याच्या अंगात शक्ती संचारली. त्यानं आपला शक्तिशाली भाऊ कुंभकर्ण याला झोपेतून उठवायला सांगितलं. कुंभकर्ण हा महाकाय राक्षस होता. तो सहा महिने खायचा आणि सहा महिने झोपायचा. त्यामुळे आत्ता त्याला मधेच उठवलं, तर तो खूप चिडणार आणि भुकेलाही असणार हे रावणाला ठाऊक होतं. त्यामुळं त्यानं कुंभकर्णाच्या खाण्याची व्यवस्था केली. मोठ्या प्रमाणात अन्न, मांस, रक्त, मद्य भरलेली पात्रं त्याच्याजवळ ठेवली. हत्ती त्याच्या कानापाशी मोठ्यांदा चीत्कार करत होते. कित्येक माणसं ढोल बडवत होती. कित्येक तास हा गजर चालू होता. अखेर एकदाचा कुंभकर्ण जागा झाला. जाग आल्याबरोबर त्यानं समोर ठेवलेल्या खाण्या-पिण्याच्या सगळ्या गोष्टींचा चट्टामट्टा उडवला. मग आपल्याला का उठवलं असं त्यानं रावणाला विचारलं. रावणानं सगळी हकिकत सांगितली.

लंकेवर आलेलं संकट सांगितलं आणि राम-लक्ष्मणाशी युद्ध करण्याची

जबाबदारी त्याच्यावर सोपवली. कुंभकर्णानं आपली दिव्य शस्त्रास्त्रं घेतली आणि तो युद्धभूमीच्या दिशेनं निघाला. तो इतका महाकाय होता की, त्याचं डोकं जणू आकाशाला भिडत होतं. माणसांना पायाखाली चिरडत तो चालला होता. युद्धभूमीवरच्या वानरसेनेनं एवढा मोठा प्रचंड माणूस कधीच पाहिला नव्हता. कुंभकर्णानं आपल्या हातानं आणि पायाखाली कितीतरी वानर आणि जंबूक अक्षरशः चिरडले, तुडवले. तलवारीच्या एका फटकाऱ्यानं त्यानं शेकडो वानरांना यमसदनाला धाडलं. त्यातून सुग्रीव आणि अंगदही सुटले नाहीत. ते दोघेही जखमी होऊन जमिनीवर कोसळले.

आता मात्र रामानं या भयंकर राक्षसाकडे आपला मोर्चा वळवला. त्या राक्षसानं फारच उतमात केला होता. रामानं आपल्या अणकुचीदार बाणांनी कुंभकर्णाला जायबंदी केलं. त्याचे हातपाय तोडून टाकले. त्यामुळे तो राक्षस धाडकन जमिनीवर कोसळला. कोसळतानाही त्याच्या अंगाखाली कितीतरी सैनिक चिरडले गेले. अखेर रामानं अचूक वेध घेत कुंभकर्णाचं शीर धडावेगळं केलं. रामबाणाचा वेगच इतका होता की, धडापासून वेगळं झालेलं शीर कित्येक मैल दूरवर जाऊन पडलं. रावणाला कुंभकर्णाचा वध झाल्याचं कळलं, त्याला इतकं दुःख झालं, जणू त्याचा स्वतःचाच मृत्यू झाला होता. त्याला हे अपेक्षितच नव्हतं. 'अच्छा! हा राम काही साधासुधा माणूस दिसत नाही! हा आहेतरी कोण?' रावणाच्या मनात आलं. इकडे रामाच्या पक्षात सगळ्यांनी आनंदानं एकच जल्लोष केला. कुंभकर्णाचा वध म्हणजे युद्धाला वळण देणारी घटना होती; पण रावणही इतक्या सहजासहजी माघार घेणार नाही, याचीही सगळ्यांना जाणीव होती. मात्र अखेर सत्याचाच विजय होणार हेही निश्चितच होतं आणि रामाचाच पक्ष सत्याचा होता. सीतेला दुष्ट रावणाच्या तावडीतून सोडवण्यासाठीच राम तिथे गेला होता. वानरसेनेनं राम-लक्ष्मणाला खांद्यावर घेतलं आणि ते आनंदानं नाचले. रावणाशी अजूनही सामना करावा लागणार होता, त्यातही रामाचाच विजय होणार याची त्यांना खात्री होती.

जादूची संजीवनी

रामाच्या या यशानं वानरसेनेला पुन्हा जोर आला. नव्या त्वेषानं ते राक्षससेनेवर तुटून पडले. शेकडो राक्षस वीरांना त्यांनी ठार केलं; पण त्यांचा आनंद फार काळ टिकला नाही. कारण, अनेक मायावी शक्ती असणारा महाप्रतापी इंद्रजित युद्धात उतरला होता. तो एकटा आला नव्हता, त्याच्यासमवेत अत्यंत दुःखी सीतासुद्धा होती. अर्थात, ही खरी सीता नव्हती. मायावी सीता होती. त्यानं स्वतःच्या जादूई शक्तितून निर्माण केलेली सीता होती; पण रामाच्या सैन्याला याची काहीच कल्पना नव्हती.

इंद्रजित भरधाव रथातून आला. रामाच्या सैन्यासमोर त्यानं रथ थांबवला. मायावी सीतेला खेचत रथाबाहेर आणलं आणि तलवार उपसून तिचा शिरच्छेद केला. हे पाहून वानरसेना घाबरली आणि पळत राम-लक्ष्मणाकडे आली. त्या भयंकर कृत्याबद्दल त्यांनी दोघांना सांगितलं. रामाला अतीव दुःख झालं; पण बिभीषणाला इंद्रजितच्या मायावी शक्तीबद्दल ठाऊक होतं.

त्यामुळे हे सर्व खोटंच असणार, असं सांगून त्यानं रामाला धीर दिला. इंद्रजितनी दाखवलेल्या क्रौर्यानं लक्ष्मण संतापला आणि त्याच्यावर स्वारी करण्यासाठी सिद्ध झाला.

"माझ्या शक्तीनं रामाच्या सैन्याला कसं हादरवून सोडलंय!" इंद्रजित गर्वानं फुशारत होता. "आता मुळीच चिंता करू नका. राम-लक्ष्मण उद्यापर्यंत काही जिवंत राहत नाहीत!" असं रावणाला सांगून त्यानं सगळी शस्त्रास्त्रं घेतली आणि रामाच्या सैन्यावर हल्ला करण्यासाठी तो पुन्हा तयार झाला.

लक्ष्मणानंही इंद्रजितशी लढण्याची सिद्धता करून रामाचा आशीर्वाद घेतला. रामानं अंगदाला आणि हनुमानाला लक्ष्मणाबरोबर जायला सांगितलं. लक्ष्मण आणि इंद्रजित तुल्यबळ योद्धे होते. ते एकमेकांवर कुरघोडी करू शकत नव्हते. इंद्रजित वेळोवेळी आपल्या मायावी शक्तिचा उपयोग करू पाहत होता; पण लक्ष्मणाला न्यायानं युद्ध करायचं होतं. त्यानं इंद्रजितच्या सारथ्याला आणि रथाच्या घोड्यांना ठार केलं. त्याच्या रथाचे तुकडेतुकडे केले. इंद्रजितनं स्वत:चा जीव वाचवण्यासाठी लक्ष्मणावर ब्रह्मास्त्र सोडलं. लक्ष्मणाची शुद्ध हरपली आणि तो जमिनीवर कोसळला.

रामाला ही वार्ता कळताच तो युद्धभूमीवर धावतच आला. आपल्या भावाची अशी अवस्था पाहून त्याला फारच दु:ख झालं. त्या क्षणी रामाचं सांत्वन करणं कठीण होतं. त्यानं आपल्या लाडक्या भावाचं डोकं मांडीवर घेतलं आणि तो मोठ्याने विलाप करू लागला, "लक्ष्मणा, त्या दैत्यासमोर मी तुला लढायला पाठवलं ही माझीच चूक झाली. हे काय झालं? आता मी काय करू?" सारी वानर सेना राम-लक्ष्मणाभोवती गोळा झाली. जांबुवंतानं पुढं येऊन सारी परिस्थिती ताब्यात घेतली.

आता काय करायला हवं हे त्याला माहीत होतं. तो म्हणाला, “हनुमाना, हे वायुपुत्रा, उत्तरेला उड्डाण कर. हिमालयावर जा. तिथे तुला कैलास आणि ऋषभ पर्वतावर अत्यंत दुर्मीळ औषधी वनस्पती दिसतील. त्यात तुला मृतसंजीवनी आढळेल. ती वनस्पती मेलेल्या माणसालाही जिवंत करू शकते. लक्ष्मणासाठी ती वनस्पती आण आणि त्याचे प्राण वाचव. फक्त तूच हे करू शकतोस. त्वरा कर. लगेच निघ.”

हनुमानानं जांबुवंताच्या सल्ल्यानुसार लगेच प्रस्थानाची तयारी केली. रामाचा आशीर्वाद घेतला. राम त्याला आशीर्वाद देत म्हणाला, “हनुमाना, माझ्या प्रिय भावाचे प्राण आता तुझ्या हातात आहेत. ती मृतसंजीवनी घेऊन लवकर परत ये आणि माझ्या लक्ष्मणाचा जीव वाचव. मी तुझे उपकार जन्मभर विसरणार नाही. मी सदैव तुझा ऋणी राहीन. त्वरा कर.”

हनुमानानं तत्क्षणी उत्तरेकडे हिमालयाच्या दिशेनं दिव्य उड्डाण केलं. प्रभू श्रीरामाचे शब्द त्याच्या कानात घुमत होते. त्याला त्या पर्वतांवरच्या दिव्य औषधी वनस्पतींचा शोध घ्यायचा होता. तो हिमालयाच्या पायथ्याशी पोहोचला. वर पाहिलं, तर आकाशाला भिडणाऱ्या कैलास आणि ऋषभ पर्वतांची शिखरं दिसली. जांबुवंतानं सांगितलेलं त्यानं आठवलं, या दोन पर्वतांवरच ती औषधी संजीवनी होती. तो त्या पर्वतांवर पोहोचला. तिथल्या काही वनस्पती दिव्य प्रकाशानं चमकताना त्याला दिसल्या. त्यानं आजूबाजूला पाहिलं. तिथे कितीतरी रंगांच्या, आकारांच्या विविध वनस्पती होत्या. आता यातली मृतसंजीवनी नेमकी ओळखायची कशी? तो गोंधळून गेला. काही वेळ त्यानं सगळीकडे नजर टाकली. पण ‘लवकर परत ये.’

असे रामाचे शब्द त्याला आठवले. 'आपण आता मृतसंजीवनी शोधत बसण्यात वेळ घालवणं योग्य नाही. चला, हा सगळा पर्वतच उचलून घेऊन जाऊ.' असा विचार करून हनुमानानं रामाची प्रार्थना केली आणि सगळ्या वनस्पतींसकट त्यानं तो पर्वत समूळ उचलला. एका हातात पर्वत तोलून धरत सरळ उड्डाण करून तो थेट लंकेत पोहोचला. सगळे जण हनुमानाची आतुरतेनं वाट पाहत होते. एक पर्वतच हातात घेऊन आकाशामार्गे येणाऱ्या हनुमानाला पाहून सगळेच आश्चर्यचकित झाले. हनुमानाला खाली उतरताना पाहून वानरसेनेनं एकच जल्लोष केला. हनुमानाने हातावरून पर्वत खाली ठेवला आणि रामाला वंदन करून तो म्हणाला, "प्रभू, मृतसंजीवनी मला नेमकी ओळखता येईना. आणि तुम्ही मला लवकरात लवकर परत यायला सांगितलं होतं, त्यामुळे मी अख्खा पर्वतच उचलून आणला आहे."

हनुमंताच्या या कृतीनं रामाला गहिवरून आलं. त्यानं हनुमंताला जवळ घेतलं.

इकडे त्या पर्वतावरच्या वनस्पतींमधून दिव्य मृतसंजीवनी सुषेणानं शोधून काढली. त्यानं त्या वनस्पतीची थोडी पानं तोडली, हातावर चुरगाळली आणि त्यातून रस आल्यावर ती लक्ष्मणाच्या नाकाशी धरली. त्या दिव्य वनस्पतीचा वास लक्ष्मणाच्या नाकात शिरताच तो हळूहळू शुद्धीवर आला. त्याचा श्वासोच्छ्वास सुरू झाला. लक्ष्मण जागा झालेला पाहताच रामानं त्याला प्रेमानं जवळ घेतलं. त्याच्या डोळ्यांतून आनंदाश्रू ओघळले. वानरसेनेचा जल्लोष आकाशाला भिडला. ''हनुमाना, आज तुझ्यामुळे मला जीवदान मिळालं. तू माझे प्राण वाचवलेस,'' असं म्हणून लक्ष्मणानं अतिशय प्रेमानं हनुमानाचे आभार मानले. ''लक्ष्मण भैया, हे तर माझं कर्तव्य होतं, त्यात आभार कसले मानता?'' हनुमान विनम्रपणे म्हणाला.

दरम्यान आपल्या वडिलांना हवा असलेला विजय मिळावा, यासाठी इंद्रजितनं एका यज्ञाची सिद्धता केली. या यज्ञानं तो अदृश्य होऊन राम आणि लक्ष्मणाच्या सैन्याचा सहज सर्वनाश करू शकणार होता. त्या यज्ञात त्यानं मनापासून प्रार्थना करून आहुती द्यायला सुरुवात केली. यज्ञाच्या ज्वाळा आकाशापर्यंत जाऊ लागल्या. तेव्हा वानरसेनेला इंद्रजितच्या मनसुब्याची कल्पना आली. त्यांनी हा यज्ञ अयशस्वी करण्यासाठी तो उलथवून टाकायचं ठरवलं. बिभीषण, हनुमान आणि इतर वानर सैन्य इंद्रजित जिथे यज्ञ करत होता, त्या पर्वतावर पोहोचले. आता इंद्रजित यज्ञात पूर्णाहुती देऊन यज्ञ संपन्नच होणार होता, एवढ्यात वानरसेना तिथे पोहोचली आणि तिने यज्ञात वाटेल त्या वस्तू टाकायला सुरुवात केली.

आपला यज्ञ अर्धवट राहून त्याचं फळ मिळणार नाही, असं पाहून इंद्रजित संतापला आणि रामाच्या सेनेवर मोठ्याने गरजला.

इंद्रजितला असं युद्धभूमीकडे धावत येताना पाहून लक्ष्मणानं पुन्हा त्याच्याशी लढण्याकरिता रामाची अनुमती मागितली. रामाला काळजी वाटत होती. पण "मी आता ठणठणीत आहे, चिंता नसावी," असं लक्ष्मणानं म्हटल्यानं त्याचा नाईलाज झाला. रामानं सर्व देवांना त्याचं रक्षण करण्याची प्रार्थना करून आशीर्वाद दिला. "काय रे मर्त्य माणसा, तुझी मरणाची हौस भागली नाही वाटतं? मी आता काय तुझ्यावर दुसरं अस्त्र सोडू काय?" इंद्रजितने मोठ्या अहंकाराने, उद्दामपणे लक्ष्मणाला विचारलं. "अरे निर्लज्ज राक्षसा, आज मीच तुला ठार करणार आहे आणि तुझ्या राक्षससेनेला चांगलाच धडा शिकवणार आहे. या जगात नेहमी सत्याचाच विजय होतो, हे मी सगळ्यांना दाखवून देणार आहे!" लक्ष्मणानं त्याला प्रत्युत्तर दिलं. दोघांमध्ये बराच काळ घनघोर युद्ध झालं. दोघांनीही आपलं युद्धकौशल्य पणाला लावलं होतं. लक्ष्मणानं इंद्रजिताचा रथ तोडून टाकला. त्याचे अश्व ठार केले. तरीही इंद्रजित उभा राहिला. आपल्याला युद्धाच्या सगळ्या कला माहीत आहेत, आपणच युद्धनिपुण आहोत, असं त्याला वाटत होतं. लक्ष्मणानं आपलं इंद्र अस्त्र बाहेर काढलं. रामनामाचा जप करून आशीर्वाद घेतला आणि ते इंद्रजितवर सोडलं. या दिव्य अस्त्राचा सामना करण्यासाठी इंद्रजित सिद्ध नव्हता. त्या अस्त्रानं इंद्रजितच्या थेट मस्तकाचा वेध घेतला. त्याचं मस्तक रणभूमीवर पडताच देवांनी स्वर्गातून लक्ष्मणावर फुलांची वृष्टी केली. इंद्रजित मरण पावला होता. लक्ष्मणानं त्याचा नाश करून, नेहमी सत्य व न्यायाचाच विजय होतो, हे सिद्ध केलं होतं. सारी वानर आणि जंबूक सेना लक्ष्मणाभोवती जमली. त्यांनी त्याला खांद्यावर उचलून घेऊन जल्लोषात रामाच्या छावणीकडे नेलं. तिथे एकच विजयोल्हास झाला. रामानं मोठ्या प्रेमानं लक्ष्मणाला आलिंगन दिलं आणि या अभूतपूर्व विजयाबद्दल त्याचं अभिनंदन केलं. "लक्ष्मणा, अखेर विजय आपलाच होणार हे मला ठाऊक होतं. पण एवढ्या बलाढ्य इंद्रजितचा सामना करून तू सत्याचा विजय अधोरेखित केलास," असं म्हणून रामानं लक्ष्मणाचं कौतुक केलं. सीतेला दुष्ट रावणाच्या तावडीतून सोडवून आणण्यासाठी रावणाचा पराभव करण्याचा त्यांनी पुन्हा निश्चय केला.

रावणाचा वध

इंद्रजितच्या मृत्युमुळे रावण हादरून गेला. जणू स्वत:च्या शरीराचा एखादा भाग गळून पडल्यासारखं त्याला वाटलं. इंद्रजित हा त्याचा सर्वांत शूर मुलगा होता. त्याचा त्याला मोठा आधार होता. राजवाड्यात सगळीकडे दु:खाचं वातावरण होतं. इंद्रजितच्या मृत्यूचा धक्का आणि अपार दु:ख यामुळे रावणाला काहीच सुचत नव्हतं. अस्वस्थ होऊन तो राजवाड्याभोवती नुसता फिरत होता.

आपल्या सैन्यातल्या वीरगती प्राप्त झालेल्या शूर सैनिकांची त्याला आठवण झाली. 'या सगळ्याचं मूळ कारण काय झालं?' असा विचार करताना तो 'सीता' या व्यक्तीशी येऊन थांबला. 'सीतेपासूनच या सगळ्या गोष्टींना सुरुवात झाली आहे!' असं त्याच्या लक्षात आलं. पण स्वत:चं तिच्याशी केलेलं गैरवर्तन विसरून त्यानं तिलाच आपल्या दुर्दैवाचं कारण ठरवलं. 'तिच्याचमुळे हे घडलं, तिच्याच पायी आपण इंद्रजितला गमावून बसलो.' असं त्याच्या मनानं घेतलं, इतकंच नव्हे,

तर सीतेचा वध करून पुत्रवियोगाचा बदला घ्यावा, असं त्यानं ठरवलं. तलवार उपसून तो त्वरेनं निघालासुद्धा. एवढ्यात त्याचा मुत्सद्दी मंत्री सुप्रसव यानं त्याला थांबवलं. "महाराज, हे काय करताय? पुत्रवियोगाच्या दु:खानं तुमची न्यायी बुद्धी झाकोळली आहे. तुम्ही एका अबलेचा वध कसा करू शकता? हे योग्य आहे का? उद्या तुम्हीच स्वत:ला कसे तोंड दाखवणार? तुम्ही सीतेच्या वधाऐवजी रामाशी युद्ध करायला सिद्ध व्हा. हेच एका राजाच्या पुरुषार्थाला शोभणारं आहे." सुप्रसव म्हणाला.

त्याच्या बोलण्यानं रावण थांबला. 'मी हे काय करतोय?' असं म्हणून तो डोकं धरून बसला. हा विचार मनातून काढून टाकायचं त्यानं ठरवलं. त्यानं सुप्रसवाच्या म्हणण्याप्रमाणे आपल्या सेनेला एकत्र बोलावून युद्धाची तयारी करायला सांगितलं. वायुवेगापेक्षासुद्धा जास्त वेगानं धावणाऱ्या रथात तो बसला. स्वत:च्या सर्वोत्तम शस्त्रास्त्रांसहित सिद्ध झाला. युद्धाचे ढोल, नगारे, रणदुंदुभींसह गर्जना करत तो युद्धभूमीकडे निघाला.

वाटेत त्याला अनेक दुष्ट शक्ती भेटल्या, पण आता त्याचं एकच लक्ष्य असल्यानं त्यांच्याकडे दुर्लक्ष करून तो पुढे गेला. रामाचा ध्वज फडकताना पाहून त्याचा संताप अनावर झाला. त्यानं मोठ्याने गर्जना करत चोहीकडे बाणांचा वर्षाव करायला सुरुवात केली. वाटेत येणाऱ्या अनेक वानर सैनिकांना त्यानं ठार केलं. रामाच्या सेनेसाठी तो जणू यमदूत बनूनच आला होता. राम सेना नष्ट करण्याचा त्यानं विडाच उचलला होता. सगळीकडे दहशतीनं धुमाकूळ घालत तो रामाला शोधत होता. इकडे वानर सेनेनंही चोहीकडून राक्षस सेनेवर हल्ला चढवला. रामही युद्धात उतरला. त्यानंही आपल्याभोवती दिव्यं बाणांचं जाळं उभं केलं.

हनुमान, अंगद, सुग्रीव आणि जांबुवंतही रावणाच्या सैन्यासमोर उभे ठाकले. कुंभकर्णाचे पुत्र कुंभ आणि निकुंभ यांच्यावर त्यांनी हल्ला चढवला. युपक्ष, महोदर, महाप्रसव आणि विरुपाक्ष हे रावणाचे शूर सैनिक वानर सेनेवर चालून गेले. दोन्ही पक्षांत घनघोर युद्ध सुरू झालं.

हनुमानाची गदा विजेच्या वेगानं चोहीकडे फिरत होती. तिच्या प्रहारानं वाटेत येणाऱ्या सगळ्यांचाच जीव घेतला. विरुपाक्ष आणि महोदराचा सुग्रीवानं वध केला. त्यानं शस्त्रानं नव्हे, तर केवळ मुष्टीप्रहार आणि दगडांचा मारा करून त्यांना यमसदनाला धाडलं. आपले सगळेच भरवशाचे वीर योद्धे धारातीर्थी पडलेले रावणानं पाहिले. आपण रामाच्या वानर सेनेची ताकद ओळखली नाही, त्यांना दुर्बळ समजलो ही आपली चूक होती हे त्याच्या लक्षात आलं. 'आपण तर त्यांना निव्वळ 'माकडं' समजलो; पण आपल्या प्रियजनांचा वध करण्याची ताकद त्यांच्यात होती.' त्यानं विचार केला.

आपले अनेक सैनिक मेलेले पाहून क्षणभर रावणाचा मनावरचा ताबा सुटला. लक्ष्मणानं इंद्रजितचा वध केला, हे त्याला आठवलं. त्याचं रक्त खवळलं. त्याच्या मनातली सुडाची भावना आणखी प्रबळ झाली. राम-लक्ष्मणाला यमसदनी धाडून त्याला आपल्या भावांच्या आणि मुलाच्या मरणाचा बदला घ्यायचा होता.

रावणानं रामाला ललकारलं, "मर्त्य मानवा, माझ्याशी युद्धाला तयार हो. माझ्यासारख्या सर्वश्रेष्ठ वीराला नाकारून तुझेच स्मरण करणाऱ्या सीतेनं तुझ्यात एवढं काय पाहिलं हे मला बघायचंच होतं. मी याच क्षणाची वाट पाहत होतो. माझ्यासारख्या अद्वितीय योद्ध्याशी टक्कर देण्याची आहे तुझी हिंमत? तुझ्यासारख्या

सामान्य माणसात एवढी कुठली ताकद आहे, हेच मला पाहायचं आहे.

माझ्यासमोर ये!'' रावणाचं हे गर्वाचं बोलणं ऐकून राम हसला. ''रावणा, मी तुझ्याशी युद्ध करायला तयार आहे. कारण सत्याचा असत्यावर, चांगल्याचा वाईटावर नेहमीच विजय होतो. माझ्या विजयातून मला हेच दाखवून द्यायचं आहे. शिवाय माझ्या सीतेचं अपहरण करून तू आम्हाला दिलेल्या वेदना मी विसरलेलो नाही,'' रामानं रावणाला प्रतिआव्हान दिलं. राम रावणासमोर उभा तर ठाकला, पण त्याच्याजवळ ना रथ होता ना घोडे होते. त्याच्यापाशी त्याचा फक्त धनुष्यबाण होता आणि त्याच्यासमोर उभा होता उत्तम घोडे असलेल्या सोन्याच्या रथावर आरुढ झालेला उन्मत्त रावण! ''प्रभू, आपल्याजवळ रथ नसताना आपण रावणाशी कसे लढणार?'' बिभीषणानं रामाला विचारलं.

राम शांतपणे म्हणाला, ''बिभीषणा, माझ्यापाशी सोन्याचा रथ नाही; पण मी विजयाच्या रथावर आरुढ आहे. शौर्य आणि धैर्य ही त्याची दोन चाकं आहेत. सत्य आणि सद्गुणाचा ध्वज डौलानं फडकत आहे. सत्य, सभ्यता, स्वसंयम आणि सद्भाव हे चार उमदे अश्व या रथाला जोडले आहेत. माझ्यापाशी क्षमाशीलता, संयम आणि समभाव आहे. आणि सर्व विश्वाचा चालक, नियंता प्रत्यक्ष परमेश्वर माझ्या रथाचं सारथ्य करत आहे. माझ्याजवळ शस्त्रं कुठली आहेत असा तुला प्रश्न पडला आहे ना? सांगतो–अलिप्तता, निष्काम कर्म हे माझं कवच आहे, समाधान ही माझी समशेर आहे, सद्हेतू हा माझा भाला आहे. मला अजून काय हवं? जगातल्या सर्वांत बलाढ्याशी लढायला आवश्यक ते सगळं माझ्यापाशी आहे. सत्य माझ्या बाजूनं आहे. सत्याच्या बळावर मी कुठल्याही शक्तिशाली असत्याशी, वाईटाशी सामना करू शकतो. तू चिंता करू नकोस.'' असं म्हणून राम अत्यंत निर्भयपणे युद्धभूमीवर

उभा राहिला. त्याचं हे धैर्य पाहून त्याची सारी सेना चकित झाली. रामाचं हे बोलणं ऐकून स्वर्गातले सगळे देवदेवता प्रसन्न झाले आणि त्यांनी पुष्पवृष्टी करून रामाला आशीर्वाद दिले. देवराज इंद्रानं स्वत:चा रथ रामासाठी पृथ्वीवर पाठवला. इंद्राचा सारथी मातली हाच रामाचंही सारथ्य करणार होता. रथाचे चार अश्वही दिव्य होते. मनात निर्माण होणाऱ्या विचारांइतक्या वेगानं ते शक्तिशाली अश्व दौडत असत.

इंद्राचा दिव्य रथ पृथ्वीवर उतरताच राम आणि लक्ष्मण त्यावर आरूढ झाले. त्यांना त्या अलौकिक रथात बसून युद्धभूमीवर आलेलं पाहून साऱ्या वानर सेनेनं त्यांचा जयजयकार केला. नव्या उत्साहात अधिक जोशानं ते शत्रूवर तुटून पडले. त्यांच्या मार्गात येणारी प्रत्येक वस्तू, झाडं, टेकडी ते शत्रूच्या अंगावर फेकू लागले. राम-लक्ष्मणाला रथातून येताना पाहून रावणही आठ घोडे जुंपलेला सोन्याचा रथ

घेऊन तिथे येऊन पोहोचला.

आकाशातून पाऊस कोसळावा अशी त्याने बाणांची बरसात सुरू केली. त्यात वानर आणि जंबूक सेनेतले अनेक वीर योद्धे मारले गेले. त्यावर रामानेही बाणांचा वर्षाव करत रावणाचे बाण निष्फळ केले.

रामानं रावणावरही अनेक बाणांचा मारा केला, पण त्याला काहीच झालं नाही. ते पाहून रामाच्या सारथ्यानं–मातलीनं–रामाला सांगितलं, "प्रभू, या दैत्यराजावर फक्त ब्रह्मास्त्राचाच प्रभाव पडेल. तेच त्याच्यावर लागू पडेल. तुम्ही त्याच्यावर ब्रह्मास्त्र सोडा. मग पाहा तो कसा खाली कोसळतो ते!" रामानं त्याचा सल्ला ऐकला आणि पाठीवरच्या भात्यातून ब्रह्मास्त्राचा बाण काढला. दिव्य मंत्र म्हटला आणि ते ब्रह्मास्त्र सोडलं. विजेच्या वेगानं तो लखलखता बाण रावणाच्या दिशेनं निघाला आणि थेट त्याच्या छातीत घुसला. तत्क्षणी त्याचे प्राण बाहेर पडले आणि तो महाकाय देह निष्प्राण होऊन धाडकन जमिनीवर कोसळला. रणभूमी हादरली. शेवटच्या क्षणी रावणानं प्रथमच रामाचं नाव घेतलं. 'हे राम' असं म्हणून त्यानं प्राण सोडला. दयाघन रामानंही शेवटचा श्वास घेणाऱ्या रावणाला आशीर्वाद दिला. रामाच्या आशीर्वादानं त्याची त्या जन्मातली सगळी पापं नष्ट झाली आणि तो स्वर्गलोकी गेला.

रामाच्या सेनेनं एकच जल्लोष केला. असुर सेनेचा संपूर्ण नाश झाला. रामाच्या वानर आणि जंबूक सेनेनं आपली शस्त्रं खाली ठेवली आणि राम-लक्ष्मणाचा जयजयकार केला. लंकेला येण्याचा त्यांचा उद्देश पूर्ण झाला होता. त्यांचं कार्य सफळ झालं होतं. आता त्यांना सीतामातेची सुटका करायची होती. बिभीषण पुढे आला आणि रामाला वंदन करून म्हणाला, "प्रभू, माझा बंधू रावण याच्या दुर्वर्तनाबद्दल मी आपली क्षमा मागतो. त्याच्या वर्तनाचं मला दुःख आहे आणि आपल्या सत्याच्या विजयाचा आनंद. आपण माझ्याबरोबर लंकेत यावं. आपल्या पदस्पर्शानं लंका नगरीला पावन करावं." "बिभीषणा, मला सर्वांत आधी माझ्या प्रिय पत्नीला–सीतेला–भेटायचं आहे. तिच्यासाठीच मी इथवर आलो आहे," राम म्हणाला. सीतेला परत घेऊन जाण्यासाठी रामानं लंकानगरीत प्रवेश केला.

बिभीषणाचा राज्याभिषेक

बिभीषणानं आणि रामानं भल्यामोठ्या सोन्याच्या प्रवेशद्वारातून लंका नगरीत प्रवेश केला. त्या वेळी लंकानरेश रावणाचा मृतदेह पाहून बिभीषण दुःखानं कोसळला. रामानं त्याला उठवलं. "बिभीषणा, रावणाच्या मृत्यूबद्दल शोक करू नकोस. त्याच्या सर्व पापांचं क्षालन झालं आहे. आणि त्याला स्वर्ग प्राप्त झाला आहे. तू त्याच्या मृतदेहावर राजघराण्याला अनुसरून अंत्यसंस्कार कर," राम म्हणाला. बिभीषणानंही आदरानं आणि प्रेमानं आपल्या भावाला अखेरचा निरोप दिला.

त्यानंतर बिभीषण राम-लक्ष्मणासह राजप्रासादात गेला. बिभीषणाला लंकाधिपती म्हणून राज्याभिषेक करण्यासाठी रामानं सर्व तयारी करायला सांगितलं. सत्य आणि न्यायाच्या बाजूनं उभ्या राहणाऱ्या या आपल्या नव्या राजाच्या स्वागतासाठी लंकानगरी सिद्ध झाली. बिभीषणाचा राज्याभिषेक होणार म्हणून सर्वत्र उत्साह दिसत होता. लंकेवर सत्य, न्याय आणि शीलाचं महत्त्व जाणणाऱ्या बिभीषणाचं राज्य येणार म्हणून लंकावासीच नव्हे, तर देवदेवतांनाही आनंद झाला

होता. बिभीषणावर पुष्पवृष्टी करून त्यांनी त्याला आशीर्वाद दिले. अत्यंत पवित्र, आनंदी आणि उत्साहाच्या वातावरणात बिभीषणाच्या मस्तकावर राजमुकुट ठेवण्यात आला.

बिभीषणाचा राज्याभिषेक झाल्यावर राम हनुमानाला म्हणाला, "हनुमाना, आता अशोकवनात जाऊन सीतेला भेट. रावणवधाची आणि बिभीषणाच्या राज्याभिषेकाची शुभवार्ता तिच्या कानी घाल." रामाच्या आज्ञेनुसार हनुमान अशोकवनात गेला. सीतेसमोर जाऊन तिला वंदन करून त्यानं सर्व हकिकत सांगितली. सीतेला खूप आनंद झाला. तिच्या डोळ्यांत पाणी आलं.

सीतेला अशोकवनातून राजप्रसादात आणण्यासाठी मेणा पाठवण्याची विनंती रामानं बिभीषणाला केली. त्यानं त्वरित तशी व्यवस्था केली. अत्यंत आदरानं तिचं यथोचित स्वागत करण्यात आलं. राम आपल्या प्रिय सीतेला बघण्यासाठी आतुर झाला होता. तिने आजवर सोसलेल्या दुःखाबद्दल त्यालाही खूप वाईट वाटत होतं, पण आता ते वाईट दिवस सरले आहेत आणि इतक्या दिवसांनी का होईना, तिला आपण अखेर परत घेऊन जाणार आहोत, याबद्दल त्याला समाधान वाटत होतं. अर्थात, दुष्ट रावणाच्या कैदेतून आल्यामुळे प्रजेच्या मनात तिच्या पावित्र्याबद्दल अनेक शंका असणार याचीही त्याला कल्पना होती. त्यामुळे तो म्हणाला, "सीते, तुला तुझं पावित्र्य आणि शुद्ध चारित्र्य सिद्ध करण्यासाठी अग्निदिव्य करावं लागणार!"

'श्रीराम कधीच अयोग्य आणि चुकीचं सांगणार नाहीत.' यावर सीतेचा पूर्ण विश्वास होता. त्यामुळे तिनंही अग्निदिव्य करायला होकार दिला. रामाच्या न्यायप्रियतेचं ते प्रतीकच होतं. ती लक्ष्मणाला म्हणाली, "लक्ष्मणा, अग्निदिव्याची तयारी कर,"

सीतामातेची आज्ञा पाळायला हवी, हे लक्ष्मणाला कळत होतं, परंतु सीतेचा 'वनवास', तिचा त्रास, तिच्यावरील संकटांची मालिका अजून संपलेली नाही, या विचारानं तो दु:खी झाला.

सीतेनं अत्यंत श्रद्धेनं अग्निदेवाची प्रार्थना केली, ''अग्निदेव, तुमच्या ज्वाळांइतकीच मीसुद्धा शुद्ध आणि पवित्र आहे, हे जगाला दाखवून द्या. स्वप्नात जरी मी पापी विचार केला असेल, तरी मला जाळून भस्मसात करा,'' असं म्हणून तिनं अग्नीत प्रवेश केला. तेव्हा तिथे जमलेल्या सगळ्यांचे श्वास रोखले गेले. फुलांसारखी नाजूक काया असणारी ही राजकन्या आता अग्नीच्या ज्वाळांमध्ये उभी होती, पण अग्नीच्या ज्वाळांचा तिच्या शरीराला स्पर्शही होत नव्हता. ज्वाला तिला लपेटून अधिकच तेजस्वी झाल्या होत्या. त्यांचा प्रकाश तिथे जमलेल्या प्रजाजनांच्या चेहऱ्यावर पडला होता. त्या ज्वाळांची धग त्यांनाही जाणवत होती. पण सीता शांत होती. अग्नीच्या आकाशाकडे झेपावणाऱ्या ज्वाळांमध्ये ती हात जोडून शांतपणे बसली होती. त्या अग्नीचा तिच्यावर काहीही परिणाम झाला नाही.

अग्निदिव्यातून बाहेर आल्यावर अधिकच सुंदर आणि तेजस्वी दिसणाऱ्या सीतेनं रामाचे पाय धरून त्याला नमस्कार केला. रामानं मोठ्या प्रेमानं तिला उठवलं आणि जवळ घेतलं. सीतेच्या शुद्धतेबद्दल, चारित्र्याबद्दल, पावित्र्याबद्दल त्याच्या मनात क्षणभरही शंकेचा लवलेशही नव्हता, पण प्रजेच्या मनातील शंकांचं निरसन करण्यासाठी त्याला एक राजा म्हणून हा कठोर निर्णय घ्यावा लागला. तो म्हणाला, ''सीते, तुला मी अग्निदिव्य करायला सांगितलं, तू मनाला लावून घेऊ नकोस. जगाच्या दृष्टीनं तुझ्या पावित्र्याच्या शंकांचं निरसन करण्यासाठी मला हे करावं लागलं. तुझं पावित्र्य आता जगासमोर सिद्ध झालं आहे. यापुढे कोणीही तुझ्याकडे

बोट दाखवू शकणार नाही.''

स्वर्गलोक प्राप्त झालेल्या दशरथाच्या आत्म्यानंही राम-सीता आणि लक्ष्मणाला आशीर्वाद दिले. रामानं महाराणी कैकेयीच्यावतीनं वडिलांची क्षमा मागितली आणि तिला महाराणीपद आणि भरताला पुन्हा युवराजपद द्यायची विनंती केली. दशरथानं ती मान्य केली. रामानं अयोध्येकडे प्रस्थान ठेवण्यासाठी दशरथाचा आशीर्वाद घेतला. आपल्या माता आणि भाऊ यांना भेटण्यासाठी राम अधीर झाला होता. इंद्रदेवानंही रामाला सीता आणि लक्ष्मणासह अयोध्येला जाण्यासाठी शुभेच्छा आणि आशीर्वाद दिला. रावणाच्या असुरी राजवटीच्या जोखडातून पृथ्वीची मुक्तता केल्याबद्दलही इंद्रानं रामाचं अभीष्टचिंतन केलं. 'आता पृथ्वीवरही आनंदाचं नंदनवन फुलू दे!' असा आशीर्वाद दिला. लढाईत मरण पावलेल्या वानर सेनेच्या योद्ध्यांना पुन्हा जिवंत करण्याची रामाची विनंतीही इंद्रानं मान्य केली आणि तत्क्षणी सगळे मृत सैनिक पुन्हा जिवंत झाले. सर्वांनी एकच जयजयकार केला.

नंतर रघुकुलदीपक राम, सीता आणि लक्ष्मण पुष्पक विमानात बसून आकाशमार्गाने अयोध्येकडे निघाले. सुग्रीव, हनुमान, अंगद, जांबुवंत आणि सगळी वानर-जंबूक सेनाही त्यांच्यासमवेत होती. ते आधी ज्या ठिकाणी गेले होते, तिथे म्हणजे किष्किंधा, पंचवटी आणि विविध ऋषिमुनींचे आश्रम या ठिकाणीही ते गेले. भारद्वाज मुनींच्या आश्रमात गेल्यावर त्यांनी आपण आता अयोध्येत येत असल्याचा निरोप भरताला पाठवला. अयोध्या नगरी आता त्यांच्या नजरेच्या टप्प्यात आली. केव्हा एकदा आपल्या जन्मभूमीला स्पर्श करतोय आणि मातांना, भावंडांना भेटतोय असं रामाला झालं होतं. राम-सीता आणि लक्ष्मण अयोध्येला परतत आहेत, ही वार्ता

कळताच अयोध्या नगरीला एकच उधाण आलं. सगळीकडे उत्सवाचं वातावरण निर्माण झालं. प्रजेच्या आनंदाला पारावार उरला नाही.

साऱ्या नगरीत अभूतपूर्व आनंद दिसत होता. आपल्या प्रिय रामाचं सीता आणि लक्ष्मणासह स्वागत करण्यासाठी सगळेच सिद्ध झाले. गुढ्या, तोरणं उभारली गेली. सगळ्या मार्गांवर फुलांच्या पायघड्या आणि रांगोळ्या घातल्या होत्या. सगळीकडे मंगलवाद्यं वाजत होती. प्रजाजन ठेवणीतले उत्तम पोशाख घालून रामाच्या स्वागताला तयार होते. सगळ्यांच्या चेहऱ्यावरून आनंद आणि नजरेतून प्रेम ओसंडून जात होतं. सगळी नगरी एखाद्या नववधूसारखी नटून आपल्या राजाच्या स्वागताला उत्सुक झाली होती.

अयोध्येपाशी आल्यावर राम-लक्ष्मण-सीता पुष्पक विमानातून उतरून चालू लागले. त्यांच्यामागोमाग सारी सेना जयघोष करीत आली. प्रजाजनांचा उत्साह, प्रेम पाहून सगळेच भारावून गेले. फुलांच्या पायघड्यांवरून चालत राम अयोध्येच्या वेशीजवळ आला. भरतानं धावत येऊन रामाला मिठी मारली. लक्ष्मणाला आणि सीतेला वंदन करून त्यांचं स्वागत केलं. त्यानं चौदा वर्षं प्रत्येक क्षणी रामाचं नाव घेत राज्याचा कारभार सांभाळला होता. दर वेळी रामाने काय निर्णय घेतला असता, असा

विचार करून सत्याने आणि न्यायाने राज्यकारभारात निर्णय घेतले होते. आपला वडीलबंधू अयोध्येपासून दूर वनात राहत आहे, ही गोष्ट भरताला इतकी दु:ख देणारी होती की, राम येईपर्यंत तोही आपल्या आजोळी नंदीग्रामला राहिला होता. आता तोसुद्धा अयोध्येत परतला होता आणि आनंदातिशयानं राजवाड्यात प्रत्येकाला रामाच्या आगमनाची वार्ता सांगत सुटला होता. भरत रामाला सामोरा गेला. त्याच्या डोळ्यांतल्या अश्रूंनीच रामाचे पाय धुतले. "दादा, आपण आल्यानं मला किती आनंद झाला आहे, याची आपल्याला कल्पनाच करता येणार नाही," तो म्हणाला. रामानं भरताला जवळ घेतलं.

लक्ष्मणाला भरतानं मिठी मारली. सीतेला वंदन केलं. सर्व जण वाजतगाजत मिरवणुकीनं अयोध्येत आले. प्रजाजनांनी रामाच्या नावाचा एकच जयजयकार केला. राम-लक्ष्मण-सीता यांच्या आगमनानं राजवाडा जणू जिवंत झाला. सगळीकडे दिव्यांची रोषणाई केली होती. उत्साहाचं वारं वाहू लागलं. आजवर दु:खात हरवून गेलेल्या तिन्ही राजमातांनी एकमेकींना जवळ घेऊन अभिनंदन केलं. नगरीत सर्वत्र मिठाई वाटण्यात आली. तिन्ही माता आपल्या मुलांच्या स्वागतासाठी पुढे आल्या. त्यांनी राम-सीता-लक्ष्मणाला मंगलदीपाने ओवाळलं. तिघींचे डोळे आनंदाश्रूंनी भरून आले. राम-सीता आणि लक्ष्मणानं सर्व वडीलधाऱ्यांना नमस्कार करून त्यांचे आशीर्वाद घेतले. अखेर ते आपल्या नगरीत, आपल्या राजवाड्यात, आपल्या आप्त-स्नेहिजनांत परतले होते!

रामाचा राज्याभिषेक

चौदा वर्षांचा वनवास संपवून राम-सीता-लक्ष्मण परत आल्याबद्दल कोशल नगरीतही कितीतरी दिवस आनंद सोहळा सुरू होता.

आता अयोध्येचा राजमुकुट सांभाळण्यासाठी श्रीराम परत आल्यानं भरतालाही आनंद झाला. गेली चौदा वर्षं रामाच्या वतीनं त्याचं राज्य भरतानं सांभाळलं होतं. आता राज्याचा खरा राजा आल्यानं हायसं झालं. त्याच्या खांद्यावरून राज्याच्या जबाबदारीचं मोठं ओझं उतरलं. प्रजाजनांची काळजी घेण्यासाठी राम आला होता.

राजवाड्यात येताना राम-सीता-लक्ष्मणानं महर्षी वसिष्ठांचं आणि वामदेवांचं दर्शन घेतलं. धनुष्यबाण खाली ठेवून आदरानं आपल्या गुरूंना वंदन करून त्यांचा आशीर्वाद घेतला. या दोन गुरुजनांसह तिघांना घेऊन भरत राजवाड्यात आला.

महर्षी वसिष्ठ आणि वामदेवांनी विचारवंत आणि विद्वानजनांची सभा घेऊन रामाच्या राज्याभिषेकाचा मुहूर्त आणि तिथी निश्चित केली. ज्योतिषाचार्यांनी रामासाठी आजचाच दिवस राज्याभिषेकाकरिता शुभ आणि योग्य आहे, असं सांगितलं. राम-सीता-लक्ष्मणानं पवित्र सुगंधी जलानं स्नान केलं. राम-सीतेनं राजवस्त्रं परिधान केली. उंची जड-जवाहिरांनी मढवलेले सुवर्णालंकार चढवले. त्यानंतर प्रभू राम आणि सीता यांना राजसिंहासनाकडे नेण्यात आलं.

महर्षी वसिष्ठ यांनी प्रभू रामचंद्रांच्या मस्तकावर राजमुकुट चढवला, आणि त्याला 'अयोध्येचा राजा' म्हणून घोषित केलं. सर्व उपस्थितांनी रामाला आणि सीतेला आशीर्वाद दिले. राजमाता कौसल्या, सुमित्रा आणि कैकेयी यांनी उभयतांना आशीर्वाद दिले. गरीब प्रजाजनांना सोनं-नाणं, अन्न, वस्त्रं आणि गरजेच्या वस्तू भेट म्हणून दिल्या. सगळ्यांनी राम-सीतेची स्तुती करणारी गीतं गायली. सगळ्यांचा आनंद ओसंडून वाहत होता. काही महिने उलटले. महाराज श्रीरामांनी आपल्या वानर सेनेतल्या वीर योद्ध्यांना बोलावून सांगितलं, "दुष्ट रावणाशी लढून सीतेला परत आणण्यासाठी तुम्ही मला मोठं साहाय्य केलं. आता तुम्ही तुमच्या घरी परत जायला हवं. मी तुमचे उपकार कधीच विसरणार नाही. तुम्ही मला नेहमीच प्रिय असाल हे लक्षात घ्या." रामानं सगळ्यांना आशीर्वाद देऊन भरपूर भेटवस्तू देऊन त्यांना प्रेमानं निरोप दिला. सुग्रीवाचा प्रधानमंत्री हनुमान याला आयुष्यभर श्रीरामाची सेवा करण्यासाठी त्याच्याच समवेत राहायचं होतं. रामानंही त्याला परत जाण्यासाठी परोपरीनं सांगितलं. पण त्याचा हट्ट कायम होता.

आपली रामभक्ती दाखवण्यासाठी हनुमानानं चक्क आपली छाती फाडून त्यात राम-सीतेची प्रतिमा प्रत्यक्ष असल्याचं दाखवून दिलं. ते पाहून सुग्रीव चकित झाला. त्यानं हनुमानाला रामाजवळ राहण्याची अनुमती दिली. हनुमानानं सुग्रीवाला धन्यवाद दिले आणि तो रामाच्या चरणांपाशी बसला.

रामानंही आशीर्वाद देऊन त्याला आपल्या चरणांपाशी स्थान दिलं. राम राज्यकारभार करू लागला. राज्यात घडणाऱ्या सगळ्या लहानमोठ्या घटनांची माहिती घेण्यासाठी रामानं काही गुप्तहेरांची नेमणूक केली. एके दिवशी त्यांच्यापैकी भद्र नावाचा गुप्तहेर रामाला भेटायला आला. ''भद्र, माझी प्रजा सुखात आहे ना?'' रामानं विचारलं. ''होय प्रभू. प्रजा सुखी आहे. आपण लंकेपर्यंत जाण्यासाठी सागरी सेतू बांधलात आणि दुष्ट रावणाचा नायनाट केलात, याबद्दल प्रजाजन आपली स्तुती करत आहेत,'' भद्रानं माहिती दिली. पण त्यानं पुढं सांगितलेलं महत्त्वाचं होतं.

तो म्हणाला, ''प्रभू, आपली स्तुती करणारे प्रजाजन सीतामातेबद्दल शंका घेत आहेत. रावणासारख्या राक्षसाच्या नजरकैदेत इतके दिवस सीता राहिली–ती पवित्रच असेल कशावरून? परपुरुषाजवळ राहून आलेल्या पत्नीला रामानं पुन्हा स्वीकारलं हे बरोबर नाही. तिला स्वत:बरोबर राजवाड्यात राहू देणं हे तर योग्यच नाही, असं काही प्रजाजनांचं म्हणणं आहे.'' हे ऐकून राम अस्वस्थ झाला. त्यानं या गोष्टीवर खूप विचार केला. आपली प्रजा आपल्याबद्दल असा विचार कसा करू शकते या विचारानं तो बेचैन झाला. सीतेची शुद्धता, पावित्र्य प्रजेला कसं पटवून द्यावं हे त्याला कळेना. सीतेच्या शुद्ध चारित्र्याबद्दल त्याला खात्री होती. पण या प्रजेला ती खात्री कशी वाटेल? प्रजेचा संशय दूर कसा करावा हे त्याला समजत नव्हतं. पण एक राजा या नात्यानं त्याला आदर्श असायला हवं होतं. प्रजेसमोर स्वत:चं उदाहरण घालून द्यायला हवं होतं. त्यासाठी त्याला सीतेला राजवाड्यापासून दूर कुठेतरी पाठवणं गरजेचं होतं. त्यानं लक्ष्मण, भरत आणि शत्रुघ्न या आपल्या भावांना बोलावून घेऊन सांगितलं, ''हे पाहा, सीतेच्या पावित्र्याबद्दल माझ्या मनात तिळमात्र संशय नाही. सीतेनं अग्निदिव्य केलं असून स्वत: अग्निदेवांनी तिचं पावित्र्य मान्य केलं आहे; परंतु आपल्या प्रजाजनांना सीतेनं राजवाड्यात राहणं मान्य नाही. तिच्या शुद्ध चारित्र्यावर त्यांचा विश्वास नाही. तिच्यामुळे राज्यात चुकीचा पायंडा पडेल आणि इतर प्रजाजनांच्या पत्नीही तिच्या पावलावर पाऊल टाकून तसंच चुकीचं वागतील, असं त्यांचं म्हणणं आहे.''

एवढं बोलून तो लक्ष्मणाकडे वळून म्हणाला, ''लक्ष्मणा, तू सीतेला घेऊन गंगानदीच्या दुसऱ्या तीरावर घेऊन जावं आणि वाल्मिकी ऋषींच्या आश्रमात सोडून यावं असं मला वाटतं.'' रामाचा हा निर्णय अतिशय दु:खद होता, पण एक राजा

म्हणून असा निर्णय घेणं आवश्यक होतं. तरच प्रजेच्या मनातील संशय दूर होऊन रामाबद्दल विश्वास निर्माण होणार होता.

सीतेला वनात सोडून येण्याची जबाबदारी पार पाडण्याच्या विचारानंही लक्ष्मणाला अत्यंत दुःख होत होतं. पण राजा रामाची आज्ञा पाळणंही बंधनकारक होतं. दुसऱ्याच दिवशी सकाळी तो सीतेला रथातून घेऊन गेला, आणि रामाच्या आज्ञेनुसार गंगानदीच्या पैलतीरावर असलेल्या महर्षी वाल्मिकींच्या आश्रमाजवळ घेऊन गेला. ‘‘सीतामाते, रामानं मला तुम्हाला वाल्मिकी ऋषींच्या आश्रमात सोडून यायला सांगितलं आहे. अत्यंत दुःखी मनानं मला रामाची आज्ञा पाळावी लागते आहे. तुमच्या चारित्र्याबद्दल, पावित्र्याबद्दल अयोध्या वासियांच्या मनात संशय आहे.

म्हणून रामानं मला पिताश्री दशरथांचे मित्र असलेल्या महर्षी वाल्मिकींच्या आश्रमात तुम्हाला सोडून यायला सांगितलं आहे,'' लक्ष्मण म्हणाला. लक्ष्मणाचं बोलणं ऐकून सीतेवर आभाळच कोसळलं. तरीही स्वत:ला सावरून ती म्हणाली, ''लक्ष्मणा, श्रीरामांनी तुझ्यावर ही जबाबदारी टाकली असेल, तर ती तू पार पाड. मीसुद्धा माझ्या स्वामींच्या इच्छेप्रमाणेच करेन.'' अत्यंत दु:खी अंत:करणानं सीतेला तिथे सोडून लक्ष्मण एकटाच राजवाड्याच्या दिशेनं निघाला. सीता गंगाकिनारी बसून रडत होती. वाल्मिकींच्या शिष्यांनी हे पाहिलं. त्यांना फार वाईट वाटलं. आपल्या गुरूंकडे येऊन ते म्हणाले, ''गुरुजी, गंगाकिनारी एक स्त्री रडत बसलेली आम्ही पाहिली आहे.''

हे ऐकून वाल्मिकी तिथे गेले. सीतेला पाहून म्हणाले, ''तू दशरथाची सून–सीता आहेस ना? मी तुला ओळखतो. तू रामाची पत्नी आहेस. तुझ्या पावित्र्याबद्दल प्रजाजनांमध्ये संशयाचं वातावरण आहे. म्हणून तुला रामानं माझ्या आश्रमात पाठवलं आहे हे मला माहीत आहे. पण तुझ्या पावित्र्याबद्दल माझ्या मनात शंका नाही. तुझं चारित्र्य शुद्ध आहे याची मला खात्री आहे. चल. माझ्याबरोबर आश्रमात चल. मुली, मी तुझी काळजी घेईन. पित्याप्रमाणे तुझा सांभाळ करेन. काळजी करू नकोस.'' असं म्हणून ते तिला आपल्या आश्रमात घेऊन आले. वाल्मिकींच्या बोलण्यानं सीतेला धीर आला. तिनं पदरानं डोळे टिपले. वाल्मिकींच्या मागोमाग ती आश्रमाकडे निघाली. वाल्मिकींच्या शब्दांनी तिच्या मनावरचं दडपण थोडं कमी झालं. तिच्या मनात दु:ख दाटून आलं होतं, पण स्वत:ला बळ देत तिनं रामाच्या इच्छेचं पालन करण्यासाठी पुन्हा वनात राहायचं ठरवलं. सगळे आश्रमवासी सीतेशी प्रेमानं, आदरानं वागत. आश्रमवासी स्त्रिया तिच्याशी मोकळेपणानं वागत. आपण इथे एकट्या आहोत, असं तिला वाटणार नाही याची त्या काळजी घेत. या नव्या आयुष्याचा अनुभव घेण्यासाठी तिनं स्वत:च्या मनाची तयारी केली. हा सगळा नियतीचा खेळ आहे, याची तिला जाणीव होती. तिनं लवकरच आश्रमातील जीवनाची सवय करून घेतली. सतत रामाचंच चिंतन करत ती शांतपणे तिथल्या जीवनात स्थिरावली.

रामपुत्र – लव-कुश

महर्षी वाल्मिकी आणि आश्रमवासी स्त्रियांच्या प्रेमळ सहवासात सीता आनंदात राहत होती. सतत रामाच्याच विचारात राहून ती आपली दु:खं विसरून शांतपणे जगत होती. एकदा लवणासुराशी लढायला निघालेला शत्रुघ्न महर्षींच्या आश्रमात आला. तिथं एक रात्र मुक्कामासाठी राहिला. त्याच रात्री सीतेनं जुळ्या मुलांना जन्म दिला. महर्षींना ही वार्ता कळताच त्यांना अतिशय आनंद झाला. ती दोन बाळं बघून त्यांना रामाची आठवण झाली. 'आपण काका झालो!' म्हणून शत्रुघ्नही खूश झाला.

सगळे आश्रमवासी बाळांभोवती जमले. महर्षींनी दोघांना उचलून घेऊन त्यांचं नामकरण केलं–लव आणि कुश. सीतेनंही आपलं दु:ख आता मागं टाकलंय हे पाहून महर्षींना समाधान वाटलं. सीतेचा सगळा वेळ दोन्ही बाळांची काळजी घेण्यात, त्यांना सांभाळण्यात, त्यांच्याशी खेळण्यात जाऊ लागला.

लव-कुश आश्रमात जन्माला आले, तरी ते राजपुत्रच होते. त्यामुळे वाल्मिकी त्यांना राजकारणाचे आणि युद्धकलेचे धडे देऊ लागले. वाल्मिकी फार मोठे ज्ञानी ऋषी आणि युद्धकलेतही निपुण होते. त्यांना आपल्या राज्याची सर्व भौगोलिक माहिती तर होतीच, शिवाय राजकारणात आवश्यक दूरदृष्टीही होती. महर्षींच्या मार्गदर्शनाखाली लव आणि कुश सर्व कलांमध्ये पारंगत होत होते. काही दिवसांतच ते युद्धकलेतही तयार झाले.

सीतेचंही त्यांच्या प्रगतीकडे बारीक लक्ष होतं. महर्षी वाल्मिकींसारख्या महान गुरूंच्या हाताखाली आपली मुलं निपुण होत आहेत, याचा तिला आनंद होता. त्यांनी सर्व धर्मग्रंथ, वेद, पुराणं यांचाही सखोल अभ्यास केला. पौगंडावस्थेत येईपर्यंत ते धनुर्विद्येतही पारंगत झाले. इतर शस्त्रास्त्रं चालवण्यातलं त्यांचं कौशल्यही एखाद्या योद्ध्यासारखं होतं.

इकडे अयोध्येत रामानं अश्वमेध यज्ञ करायचं ठरवलं. या यज्ञामुळे त्याचं सार्वभौमत्व सिद्ध होणार होतं. त्यासाठी रामानं आपल्या सैन्याच्या एका तुकडीसह यज्ञाचा अश्व सर्वत्र पाठवायची योजना आखली. जो कोणी हा अश्व रोखेल, त्यानं रामाच्या सैन्याशी लढाई करावी अन्यथा त्या अश्वाला पुढे जाऊ द्यावं आणि रामाची सत्ता मान्य करावी अशी त्या यज्ञाची पद्धत होती.

या यज्ञकार्यासाठी रामानं लक्ष्मणाला सर्व श्रेष्ठ मुनीजनांना आमंत्रण पाठवायला सांगितलं. त्यानुसार लक्ष्मणानं महर्षी वसिष्ठ, वामदेव, जाबाली आणि कश्यप यांना निमंत्रित केलं. रामाने चोहिदिशांना दूत पाठवून आपण हा यज्ञ करीत आहोत ही वार्ता सर्व ऋषिमुनी, राजे-महाराजे-युवराज यांच्यापर्यंत पोहोचवली. महाराजा बिभीषण, जनक आणि सुग्रीव यांच्या उपस्थितानं यज्ञकार्याला शोभा आली. रामाच्या डाव्या बाजूला सीतेचा सोन्याचा सुंदर पुतळा ठेवण्यात आला. कारण यज्ञकार्यात पत्नीचा सहभाग अत्यावश्यक मानला जाई. हजारोंच्या संख्येनं माणसं यज्ञात सहभागी झाली. अग्निकुंडासमोर अत्यंत उमदा अश्व उभा केला होता. सुवर्णाभूषणांनी तो नखशिखांत अलंकृत केला होता.

यज्ञात पूर्णाहुती झाल्याबरोबर तो सुलक्षणी अश्व मोकळा सोडण्यात आला. त्याच्या गळ्यात एक फलक अडकवण्यात आला, 'हा अश्व कोशल नरेश श्रीराम याचा आहे. जो कोणी हा अश्व अडवेल, त्याला रामाशी युद्ध करावं लागेल. जे या

अश्वाला अडवणार नाहीत, त्यांनी रामाचं आधिपत्य स्वीकारलं आहे, असं समजलं जाईल आणि त्यांना कर भरावा लागेल.'

अश्वाबरोबर जाणाऱ्या सैन्याचं नेतृत्व शत्रुघ्नाकडे सोपवण्यात आलं. बराच काळ अनेक राज्यांवरून आणि भूमींवरून जात असताना कोणीच अश्व अडवला नाही. बहुतेक सर्वच राजांनी रामाचं वर्चस्व मान्य केलं आणि रामाला देण्यासाठी उंची नजराणे शत्रुघ्नाकडे सुपूर्द केले.

एके दिवशी महर्षी वाल्मिकींचा आश्रम असलेल्या वनातून यज्ञाचा हा अश्व जात होता. हा सुंदर पांढरा शुभ्र उमदा अश्व पाहून लव-कुश चकित झाले. त्यांनी तो अश्व पकडला आणि एका झाडाला बांधला. त्यांनी त्याच्या गळ्यातला फलक वाचला आणि ते अश्वाचं रक्षण करणाऱ्या सैन्याची वाट पाहू लागले. थोड्याच वेळात अश्वामागून सैन्य तिथं आलं.

लव - कुशांसारख्या कोवळ्या युवकांनी अश्व अडवल्याचं पाहून त्या दोघांना अश्व सोडून द्यायची विनंती केली; पण लव-कुशांनी ती धुडकावली आणि युद्धाचं आव्हान दिलं. आधी सैनिकांनी त्यांचं म्हणणं हसण्यावारी नेलं. पण नंतर मात्र त्यांच्या लक्षात आलं की, हे दोन नवयुवक साधे-सामान्य नाहीत. ते युद्धात फारच निपुण आहेत.

लव-कुशांनी बहुतांश सैनिकांना घायाळ केलं. जे थोडे जिवंत राहिले ते धावत शत्रुघ्नाकडे गेले आणि त्याला सर्व वार्ता सांगितली. या अद्भुत बालकांना पाहण्यासाठी शत्रुघ्न स्वत: तिथे आला आणि त्याने युद्ध थांबवून अश्व सोडून द्यायला त्यांना सांगितलं. पण त्या दोघांनी बाणांनीच त्याला उत्तर दिलं. त्यांच्याशी लढणं इतकं सोपं नाही, हे शत्रुघ्नाच्याही लक्षात आलं. लव-कुशांनी त्याच्यावर अशी काही चढाई केली की, तो बेशुद्ध होऊन जमिनीवर कोसळला. हे पाहून उरलेसुरले सैनिक घाबरून माघारी पळत सुटले. ते थेट रामाकडे पोहोचले आणि त्यांनी सर्व घटना त्याच्या कानावर घातली. शत्रुघ्नसारखा शूर वीर आणि आपली सेना यांच्याशी एवढा सामना करणारे हे दोन बालक आहेत हे ऐकून रामाला आश्चर्य वाटलं. त्यानं लक्ष्मणाला पाठवलं, पण त्या दोन वीर बालकांना न मारता जिवंत पकडून आणायला सांगितलं.

लक्ष्मण तिथे गेला. शत्रुघ्नला घायाळ करणाऱ्या त्या दोन कोवळ्या निरागस बालकांना पाहून त्यालाही फार नवल वाटलं. त्यानंही आधी नम्रपणे, सभ्यपणे अश्व सोडण्याची त्यांना विनंती केली, पण व्यर्थ!

त्या दोघांनी लक्ष्मणाशीही लढायला सुरुवात केली. त्यांच्या अणकुचीदार बाणांच्या वर्षावापुढे आपलाही टिकाव लागणं अवघड आहे, असं लक्ष्मणाच्याही लक्षात आलं. त्यानं आपली सर्व शक्ती पणाला लावून कुशवर बाण सोडले. थोड्याच वेळात कुश जमिनीवर बेशुद्ध पडला. पण लगेचच तो आपल्या ध्यान साधनेच्या बळावर उठून उभा राहिला आणि पुन्हा लढायला सिद्ध झाला. दरम्यान लवनं लक्ष्मणावर बाणांची सरबत्ती करत त्याला थोपवून धरलं होतं. पण त्याचा एक

बाण लक्ष्मणाच्या वर्मी लागला आणि त्याची शुद्ध हरपली. तो खाली कोसळला.

त्या दोन बालकांनी लक्ष्मणाचाही पराभव केल्याचं रामाला कळताच तो त्रस्त झाला आणि भरतासह हनुमानाला त्यानं तिकडे पाठवलं. भरतानंही निकराचा लढा दिला, पण त्यालाही त्यांच्यावर मात करणं शक्य झालं नाही. ही वार्ता कळताच आतामात्र प्रभू श्रीराम स्वत: त्या दोघांशी लढायला सिद्ध झाले.

त्यांच्यासमोर आल्यानंतर त्या दोन बालकांचे निरागस, गोंडस चेहरे पाहून त्यांच्याशी युद्ध करायला रामाचं मन तयार होईना. "तुमचे पालक कोण आहेत? तुम्ही कोणाची मुलं आहात? कारण तुम्ही काही योद्ध्यासारखे दिसत नाही," रामानं त्यांना विचारलं. "मिथिला नरेश जनक यांची कन्या आमची माता आहे," मुलांनी उत्तर दिलं. हे ऐकून रामाला अत्यानंद झाला. त्याचं सैन्य इतके दिवस त्याच्याच मुलांशी लढत होतं! लव-कुशांनी रामालाही लढण्याचं आव्हान दिलं आणि त्याच्यावर बाण सोडायला सुरुवात केली.

रामानं त्यांचे बाण फक्त चुकवले, त्यांच्यावर परतवार केला नाही. महर्षी वाल्मिकी लांबून हे सर्व पाहत होते, ते मधे पडले आणि त्यांनी हे युद्ध थांबवलं. महर्षी वाल्मिकींना पाहताच रामानं शस्त्रं खाली ठेवलं आणि त्यांच्या पायाला स्पर्श करून वंदन केलं. त्यांचा आशीर्वाद घेतला. वाल्मिकींनी लव-कुश हे त्याचेच पुत्र असल्याचं सांगितलं. लव-कुशही आनंदानं आपल्या वडिलांजवळ जाऊन त्यांच्या कुशीत शिरले.

गर्भवती सीतेला आपण आश्रमात कसा आश्रय दिला, इथेच तिनं जुळ्या लव-कुशला कसा जन्म दिला याची इत्थंभूत कहाणी महर्षींनी रामाला सांगितली. रामाला खूप आनंद झाला. तो आपल्या दोन्ही मुलांना अयोध्येला घेऊन गेला. रामाबरोबर राजवाड्यात राहून अयोध्येचा राज्यकारभार पाहण्यात मदत करू लागले. अशा तऱ्हेनं महान रघुवंशाची पुढची पिढीही अयोध्या नगरीवर राज्य करू लागली.

शौर्य आणि धैर्य ही रामाच्या रथाची चाकं होती. सत्य, सभ्यता, स्वसंयम आणि सद्भाव हे चार उमदे अश्व जोडलेल्या या रथाचा प्रत्यक्ष परमेश्वर सारथी होता. सत्य आणि सद्गुणाचा ध्वज डौलानं फडकत होता. सत्याच्या बळावर श्रीराम कुठल्याही शक्तिशाली असत्याशी सामना करायला सिद्ध होता.

राम-रावणचं युद्ध म्हणजे सत्य-असत्याचा, चांगल्या-वाईटाचा, न्याय-अन्यायाचा, सत्प्रवृत्ती-कुप्रवृत्तीचा, योग्य-अयोग्याचा संघर्ष! तो प्रत्येक युगात सदासर्वकाळ सुरूच असतो. मात्र अंतिम विजय रामाचाच होतो, हे निश्चित! 'रामायण' ही केवळ कथा नाही, तो एक विचार आहे. वृत्ती आणि सद्वर्तनाचा आदर्श आहे. रामायणाकडे अशा दृष्टीने पाहा.